திரட்டுப்பால்

கி. வா. ஜகந்நாதன்

Title: Thirattupaal

Author: Ki. Va. Jagannathan

Language: Tamil

First Published on: 1988

Year of Publication: 2025

Book Format: Paperback

*Page Size: 6inch * 9inch*

Category: Religious

Subject: Religious Essays

No. of pages: 62

ISBN: 978-81-997774-6-0

Published by: Nilan Publishers, Madurai, Tamilnadu, India

பொருளடக்கம்

முன்னுரை.....4

1. முருகன் திருக்கோலம்.....6

2. முருகன் திருநாமங்கள்.....9

3. மயில்.....12

4. சேவல்.....14

5. தலங்கள்.....15

6. திருவிளையாடல்களும் வீரச்செயல்களும்.....17

7. உபதேசம்.....19

8. தம்மை இழித்துக் கொள்ளல்.....21

9. பிற தெய்வங்கள்.....24

10. உபதேசம்.....27

11. அநுபவம்.....30

12. கந்தர் அலங்காரம்.....35

குறிப்புகளுக்காக

முன்னுரை

கந்தர் அலங்காரம் விநாயகரை முதலிற் சொல்லி, மேலே நூற்றேழு பாடல்கள் சேர்ந்து, மொத்தம் நூற்றெட்டுப் பாடல்கள் கொண்டு விளங்குகிறது. நூற்றெட்டு என்பது அர்ச்சனைக்குரிய எண்; அஷ்டோத்தர சத நாம அர்ச்சனை என்று சொல்வார்கள்.

இந்தப் பாடல்களில் அருணகிரிநாதப் பெருமான் முருகப் பெருமானுடைய திருவடி முதல் திருமுடி வரையில் உள்ள கோலத்தையும், அப்பெருமான் திருவிளையாடல்களையும், வீரச்செயல்களையும் சொல்கிறார். தாம் பெற்ற அநுபவத்தைப் பல வகையில் எடுத்துரைக்கிறார். மக்களுக்கு உபதேசம் செய்கிறார். உடம்பின் இழிவையும், பொருள் நிலையாமையையும், மாதர் மயலை அகற்ற வேண்டுவதையும் கூறுகிறார். பல இடங்களில் தாம் மாதர் மயலில் உழந்த தாகவும், வேறு பல குறைகளை உடையவராகவும் சொல்லிக் கொள்கிறார், அவற்றை அவருடைய குறைகளாக எண்ணக் கூடாது. பிற மக்களுடைய குற்றங்களைத் தம்மேல் ஏற்றிக் கொண்டு சொல்வது ஞானியர் இயல்பு. மாணிக்கவாசகர் முதலிய பெரியோர் திருவாக்கிலிருந்து இந்த உண்மையை உணரலாம். காரைக்காலம்மையார் அறுபத்து மூவரில் ஒருவர். அவர் ஒரு பாட்டில், "நினையா தொழிதிநன் னெஞ்சமே நந்தமக்கோர் தஞ்சமென்று, மனையாளை யும்மைந்தர் தம்மையும் நம்பி ஓர் ஆறுபுக்கும், நனையாச் சடைமுடி நம்பன்நந் தாதைநுந் தாதசெந்தீ, அனையான் அமரர் பிரான்அண்ட வாணன் அடித்தலமே" என்று பாடுகிறார். அவருக்கு மனையாளும் மக்களும் இருக்க நியாயம் இல்லை. அவர் பெண்மணி அல்லவா? பிறருடைய குற்றங்களைத் தம்மேல் ஏறட்டுக் கொண்டு பெரியோர்கள் சொல்வதற்கு இது நல்ல எடுத்துக்காட்டு. இதை நைச்சியா நு சந்தானம் என்பர்.

முருகனை வழிபடுபவர்களுக்குக் காலபயம் இன்மையும் இனிப் பிறவா நிலை வரும் என்பதும் இப்பாடல்களில் காணலாம். முருகன் திருநாமங்கள் பலவற்றை அங்கங்கே இந்த மணி மாலையில் பதித்து வைத்திருக்கிறார்.

ஒரு மூர்த்தியை உள்ளபடியே பார்ப்பதை விட அலங்காரத்தோடு பார்க்கும்போது நம் கண்ணைக் கவருவதை உணர்கிறோம். அவ்வாறு இந்த அலங்கார நூல் அமைந்திருக்கிறது. மாலையில் இடையிடையே மணமற்ற பச்சை இலைகளையும் தொடுத்திருப்பது போல, இந்நூலில் இடையிடையே நம் குறைகளைத் தம் குறைகளாக ஏற்றுச் சொல்கிறார். இந்நூலில் உள்ள கருத்துக்கள் எல்லா வற்றையும் தொகுத்து வகுத்து முற்றச் சொல்வது அரிய செயல். எனினும் என்னால் இயன்ற வகையில் அதைச் செய்திருக்கிறேன்.

திரட்டுப்பால்

1. முருகன் திருக்கோலம்

முருகப் பெருமானுடைய திருவடி புண்டரீகத்தினும் செக்கச்சிவந்து விளங்குகிறது. அந்தத் திருவடியில் அவன் தண்டையையும், கிங்கிணியையும், சதங்கையையும், வெட்சி மலரையும், குராமலரையும், கடம்ப மலரையும் அணிந்திருக் கிறான். அந்தத் திருவடி அருள் பாலித்தலால் அவற்றை அருட்பதங்கள் என்று சொல்கிறார் அருணகிரிநாதர். அந்தக் கழலை இடைவிடாமல் நினைத்து அதில் மனம் சேர்ந்திருக்க வேண்டும்."தனக்குவமை இல்லாதான் தாள் சேர்ந்தார்" என்ற குறளின் உரையில், சேர்தலாவது இடை விடாது நினைத்தல் என்று பரிமேலழகர் உரை எழுதுகிறார். அவனுடைய சிற்றடியைத் தொழுது கருத்தை இருத்தி வைத்தல் வேண்டும். அவனுடைய திருவடியை வணங் கினவர் தலைமேல் அயன் எழுதிய எழுத்து அழிந்து போகும். இவ்வாழ்க்கையில் துன்பம் வராது; பிறகு பிறப்பும் வராது. அவனுடைய தண்டையம் புண்டரிகமாகிய திருவடியே சுத்த ஞானமயமானது, அவனுடைய திருவடியே மோட்சம். 'இறைவன் திருவடி அடைந்தார்' என்று சொல்வது அவர் முத்தியடைந்தார் என்பதையே குறிக்கும். "செக்கச் சிவந்த கழல்வீடு தந்தருள்" என்று வேண்டுகிறார் அருணை முனிவர் இந்த உடம்பு போன பின்பு முருகன் அன்பர்களுக்குக் கதியாக இருப்பவை அவனுடைய இருதாளன்றி வேறு இல்லை.

அருணகிரியார் தம்முடைய பாட்டுக்கள் எழுதிய சுவடியின் அடியேட்டில் அவன் பாதம் பட்டது என்கிறார். அந்த அடி ஏடு என்பது மனந்தான். மயிலிலும் தேவர் தலையிலும் அவன் அடிகள் பட்டனவாம். நம்முடையவிழிகளுக்குத் துணையாக

இருப்பன அவன் திருமென் மலர்ப் பாதங்கள். நம்முடைய புத்தியைப் பிற பொருள்களில் செல்லாமல் வாங்கி அவன் பதாம்புயத்தில் புகட்டி அன்பால் முத்தியைப் பெறலாம்.

முருகன் தன் அரையில் கிண்கிணி அணிந்திருக்கிறான். அதன் ஓசை பதினாலுலகமும் கேட்கின்றதாம். சிவப்பு ஆடையையும், கிண்கிணியையும், உடைமணியையும், உடைவாளையும் புனைந்திருக்கிறான்.

அவன் தன் திருக்கரங்களால் சப்பாணி கொட்டுகிறான். அவற்றிலும் வெட்சி மாலையை அணிந்திருக்கிறான். சேவற் கொடியை ஏந்தியிருக்கிறான். எப்போதும் வேலைப் பிடித் திருக்கிறான். அதனால், 'வேலே விளங்கு கையான்' என்கிறார். அவன் வேலும் திருக்கரமும் உண்மையான துணையாக அன்பர்களுக்கு உள்ளன. அவன் கையிற் சிறு வாளும் சுட்டியும கட்டாரியும் இருக்கின்றன.

அவன் திருமார்பில் கடம்ப மலர்மாலை விளங்குகிறது. அது பொன் தகட்டாற் செய்தது போலப் பொலிகின்றது; மணம் பரப்புகிறது.

அவனுடைய பன்னிரு தோள்களுடன் அவன் தித்தித் திருக்கும் அமுதாக இருக்கிறான். வள்ளியை அணைக்கின்ற தோள்கள் அவை. அவனுடைய திருமுகங்கள் வரிசையாக உள்ளன; ஆதலின் பத்தித் திருமுகம் என்கிறார். அவன் திருமுகம் ஆறும் கண்ட தபோதனர்க்கு யமபயம் இராது. அந்த முகங்கள் மணம் வீசுகின்றன.

அவன் கண்கள் தாமரை மலரைப் போல இலங்கு கின்றன.

ஓங்காரத் துள்ளொளிக்குள் அவன் திருவுருவத்தைக் கண்டவர்கள் தூங்காமல் தூங்கும் சமாதி நிலையைப் பெறு வார்கள்.

அவனுடைய திருக்கரத்திலுள்ள வேல் ஞானமே வடிவானது. வேதங்களாலும் ஆகமங்களாலும் அறியும் ஞானமே வேலாக

இருக்கிறது. அதனால், "வேதாகம சித்ர வேல்" என்கிறார். அது மிகவும் கூர்மையானது. அயில் வேல், இகல் வேல், படைபட்ட வேல், வையிற் கதிர் வேல், கிரௌஞ்சகிரி ஊடுருவத் துளைத்த வேல், அது. அன்பர் களுக்கு மெய்த்துணையாக இருக்கிறது. அதை முருகன் விட்டதனால் கடல் வெந்தது; சூரனாகிய மாமரம் தறிப்பட்டு உதிரம் குமுகுமெனக் கக்கியது; கிரி ஊடுருவி வந்தது. அது குன்றம் எட்டும் கிழித்தோடும் வேல்; சூரனையும் கிரௌஞ்ச மலையையும் ஒரே சமயத்தில் துளைத்தது. அது புறப்பட்ட பொழுதே அசுரர்கள் அஞ்சிக் குழம்பிப் புலம்பி ஆரவாரித் தனர். சக்தி என்பது வேலுக்கு ஒரு பெயர். கதிர் வேல், சிகராத்ரி கூறிட்ட வேல், புரையற்ற வேல், வேலையையும் சூரனையும் மேருவையும் குலைத்த வேல், செவ்வேல், வடி வேல், செஞ்சுடர்வேல்,கூர் கொண்டவேல், செய்யவேல், தனிவேல், விக்ரம வேலாயுதம், போர் வேல் என்றெல்லாம் வேலாயுதத்தைப் பாராட்டுகிறார்.

அவனுடைய திருநாமங்களைப் பல வகை அடைமொழி களுடன் சொல்லிச் சொல்லி இன்புறுகிறார்.

2. முருகன் திருநாமங்கள்

அடியார்க்கு நல்ல பெருமாள், அமர சிகாமணி, அமராவதி காவலன், அமராவதியிற் பெருமாள், அரக்கர் புவி ஆர்த்தெழத் தொட்ட போர்வேல் முருகன், அராப் புனை வேணியன் சேய், அவுணர் குலம் அடங்கப் பொடி ஆக்கிய பெருமாள், அயில் வேலன், அழித்துப் பிறக்க வொட்டா அயில் வேலன், அறு முகவன், ஆலம் குடித்த பெருமான் குமாரன், இகல் வேலன், இராவுத்தன், இளங் குமரன், உமை முலைப்பாலுண்ட பாலன், உமையாள் பயந்த இலஞ்சியம், எந்த நேரத்திலும் கோலக் குறத்தியுடன் வருவான், எம் கோன், ஒரு வரைப்பங்கில் உடையாள் குமாரன், க்ருபாகரன், கட்செவியால் பணி அணி கோமான் மகன், கடத்திற் குறத்தி பிரான், கடம்பின் மலர்மாலை மார்பன், கந்தக் கடம்பன், கந்த சுவாமி, கந்த வேள், கந்தன், கரி போற்ற நின்ற கடவுள் மெச்சும் பராக்ரம வேலன், கருமால் மருகன், கலாப மயூரத்தன், கவியாற் கடல் அடைத்தோன் மருகோன், காங்கேயன், காட்டிற் குறத்தி பிரான், கார்மயில் வாகனன், காலாயுதக் கொடி யோன், காவலன், காவிரிச் செங்கோடன், கிண்கிணி சரணப்ரதாபன், கிருபாகரன், கிரௌஞ்ச கிரி ஊடுருவத் துளைத்த வைவேல் மன்னன், கிரௌஞ்ச வெற்பை அடுதலைச் சாதித்த வேலோன், கிழியும்படி அடற் குன்று எறிந்தோன், குகன், குணதுங்கன், கும்பக் களிற்றுக்கு இளைய களிறு, குமரன், குமரேசன், குருதேசிகன், குரு நாதன், குவடு தவிடுபடக் குத்திய காங்கேயன்,குறச் சிறுமான் அல்குற்கு உருகும் குமரன், குறத்தி பிரான், குறிஞ்சிக் கிழவர் சிறுமிதனைக் கல்யாணம் முயன்றவன், குறிஞ்சிக் கிழவன், குன்று எறிந்த தாடாளன், கூர் கொண்ட வேலன், கைதான் இருபதுடையான் தலை பத்தும் கத்தரிக்க எய்தான் மருகன், கொடுங் கோபச் சூருடன் குன்றம் துளைக்கத் திறக்க வேல் விடும் கோன், கோழிக்

கொடியன்,சங்க்ராம வேள் பட விழியால் செற்றாற்கு இனியவன், சசிதேவி மங்கல்யதந்து ரக்ஷாபரணக்ருபாகரன், சடாடவிமேல் ஆற்றைப் பணியை இதழியைத் தும்பையை அம்புலியின் கீற்றைப் புனைந்த பெருமான் குமாரன், சண்முகவன், சண்முகன், சப்பாணி கொட்டிய கை ஆறிரண்டுடைச் சண்முகன், சயிலசரசவல்லி தழுவும்புயன், சிந்து வெந்து கொக்குத் தறிபட்டெரிப்பட்டுதிரம் குமுகுமெனக் கக்கக் கிரியுருவக் கதிர் வேல் தொட்ட காவலன்; சிற்றேனல் காக்கின்ற பேதை கொங்கை விரும்பும் குமரன், சுரபாஸ்கரன், சூர்க்கொன்ற ராவுத்தன், சூரகுலாந்தகன், சூரபயங்கரன், சூரனை ஓரிமைப் போதினில் கொன்றவன், சூரிற் கிரியிற் கதிர்வேல் எறிந்தவன், செங்கோட்டு வெற் பன், செங்கோடன், செங்கோடைக் குமரன், செங்கோடை வெற்பன், செஞ்சுடர் வேல் வேந்தன், செந்தமிழ் நூல் விரித்தோன், செந்தில் மேவிய சேவகன், செந்தில் வேலன், செந்திலோன், செம்மான் மகளைக் களவு கொண்டு வரு மாகுலவன், செய்ய வேல்முருகன், செவ்வேலன்,செவ் வேற் பெருமான், செழுஞ்சுடர், சேந்தன், சேயான வேற் கந்தன், சேவகன், சேவற்கைக் கோளன், சேவற் கொடி யுடையான், ஞானாகரன், தனிமயில் ஏறும் இராவுத்தன், தனி வேல் முருகன், தூவிக்குலமயில் வாகனன், தென் தணிகைக் குமரன், தேங்கிய அண்டத்திமையோர் சிறைவிடச் சிற் றடிக்கே பூங்கழல் கட்டும் பெருமாள், தேசிகன், தேவேந்த்ர லோக சிகாமணி, தொல்லைப் பெருநிலம் சூகரமாய்க்கீன்றான் மருகன், ந்ருபன், நிகராட்சமபட்சன், நிர்மலன், நிருத சங்கார பயங்கரன், நீலச் சிகண்டியில் ஏறும் பிரான் ப்ரதாபன், பட்சிதுரங்கன், படைபட்ட வேலவன், பணிபாச் சங்க்ராம பணாமகுட நிகராட்சமபட்ச பட்சிதுரங்க நிருபன் பரமகல்யாணி தன் பாலகன், பராக்ரம வேலன், பன்னிரு புயன், பாதித் திருவுருப் பச்சென்றவர்க்குத் தன் பாவனையைப் போதித்த நாதன், பிசிதர்தம் வாய் நிணம் கக்க விக்ரம வேலாயும் தொட்ட நிர்மலன், புரமெரித்தான் மகன், புராந்தகற்குக் குருபூத வேலவன், புரையற்ற வேலவன், புனச்சிறுமான் தரு பிடி காவலன், பெரும் பாம்பில் நின்று

நடிக்கும் பிரான் மருகன், போர் வேலன், மயில் வாகனன், மயிலேறிய மாணிக்கம், மயில் ஏறும் ஐயன், மயூரத்தன், மலையாறு கூறெழ வேல் வாங்கினான், மன்றாடி மைந்தன்,மாமயிலோன், மாலோன் மருகன், மாவலிபால் சேவடி நீட்டும் பெருமான் மருகன், மாவினைச் செற்ற போர் வேலன், முகம் ஆறுடைக் குரு. நாதன், முகம் ஆறுடைத் தேசிகன், முத்தமிழால் வைதாரை யும் வாழ வைப்போன், முருகன், மெய்ஞ்ஞான தெய்வம், மைவரும் கண்டத்தர் மைந்தன், ராவுத்தன், வல்லியைப் புல்கின்ற மால்வரைத் தோள் அண்ணல், வள்ளிக்கு வாய்த்தவன், வள்ளி காந்தன், வள்ளி கோன், வள்ளி முற்றாத்தனத்திற்கு இனிய பிரான், வள்ளியை வேட்டவன், வாகைச் சிலை வளைத்தோன் மருகன், வானவர்க்கு மேலான தேவன், விட்சோப தீரன், விம்மி அழும் குருந்து,வெஞ் சூரனை விட்ட சுட்டியிலே குத்தித் தரங்கொண்டமராவதி கொண்ட கொற்றவன், வெள்ளி மலையெனவே கால் வாங்கி நிற்கும் களிற்றான் கிழத்தி கழுத்திற் கட்டும் நூல் வாங்கிடாதன்று வேல் வாங்கி, வெற்பு நட்டு உரகபதித் தாம்பு வாங்கி மதித்தான் திருமருகன், வெற்பைப் பொருத கந்தன், வெற்றிக் களத்தில் கழுதாட வேல் தொட்ட காவலன், வெற்றி வேலோன், வெற்றிவேற் பெருமான், வேடிச்சி கொங்கை விரும்பும் குமரன்,வேதாகம சித்ர வேலாயுதன், வேல் எடுத்துத் திண்கிரி சிந்த விளையாடும் பிள்ளை, வேல் தொட்ட காவலன், வேல் முருகன், வேலவன், வேலன், வேலாயுதன், வேலால் கிரி துளைத் தோன், வேலே விளங்கு கையான், வேலையில் வேலை விட் டோன், வேலோன், வேற் கந்தன், வேற் குமரன், வேற் படை வானவன், வையிற் கதிர் வடிவேலன், வைவேல் மன்னன், வைவைத்த வேற்படை வானவன்.

3. மயில்

முருகப் பெருமானுடைய வாகனமாகிய மயிலை எத்தனை விதமாகப் பாராட்டுகிறார்! அதைப் பற்றித் தனியே மூன்று கவிகளையே பாடியிருக்கிறார்.

"குசைநெகிழாவெற்றி வேலோன் அவுணர்
குடர்குழம்பக்
கசையிடு வாசி விசைகொண்ட வாகனப்
பீலியின்கொத்
தசைப்படு கால்பட் டசைந்தது மேரு; அடியிட
எண்
திசைவரை தூள்பட்ட; அத்தூளின் வாரி
திடர்ப்பட்டதே." (1)

அதன் பீலியின் கொத்து அசைபட அதனால் உண்டான பிரசண்ட வாயுவினால் மேருமலையே அசைந்ததாம். அது அடியிட்டு நடந்த போது எட்டுத் திசைகளிலும் உள்ள மலைகள் தூள்தூளாக ஆகிவிட்டன. அந்தத் தூளினால் கடல் மேடாகிப் போய்விட்டதாம். புலவர்கள் இவ்வாறு உயர்வு நவிற்சியாகச் சொல்வது இயல்பு. அருணகிரி நாதரோ பக்திப் பரவசத்தால், தம் அககண்ணால் இப்படி யெல்லாம் காண்கிறார்.

மற்றொரு பாட்டு வருமாறு; அது மயிலையே விளித்துப் பாடியது.

"தடக்கொற்ற வேள்மயி லே,இடர் தீரத்
தனிவிடின், நீ
வடக்கிற் கிரிக்கப் புறத்தும் நின் தோகையின்
வட்டம் இட்டுக்

கடற்கப் புறத்தும் கதிர்க்கப் புறத்தும்
கனகசக்ரத்
திடர்க்கப் புறத்தும் திசைக்கப் புறத்தும்
திரிகுவையே."

கொற்றவேள் மயிலாகிய அதனை யாரும் மேல் ஏறி ஓட்டாமலே தனியே விட்டு விட்டால் அது மேருமலையையும் தாண்டிச் சென்று கடல், கதிரோன், உலகப் புறத்தில் உள்ள சக்கரவாள கிரி ஆகிய எல்லாவற்றையும் தாண்டிவிடுமாம். முருகன் அது தாவி அடியிடும்படி ஓட்டுகிறான். அது கிரணம் வீசும்படி கலாபத்தை உடையது. பச்சை நிறம் கொண்ட அதன் மேல் ஏறிவரும் போது அவன் பச்சையிற் பதித்த மாணிக்கம் போலத் தோன்றுகிறான். கொற்ற மயூரம், மாமயில், வெற்பை இடிக்கும் கலாபத் தனிமயில், நிகராட் சமபட்ச பட்சி, கார்மயில், கலாபப்புரவி, கொற்ற வேள் மயில், செழுங்கலபி என்கிறார்.

மூன்றாவது பாட்டு:

"சேலில் திகழ்வயல் செங்கோடை வெற்பன் செழுங்கலபி ஆலித் தனந்தன் பணாமுடிதாக்க அதிர்ந்ததிர்ந்து காலிற் கிடப்பன மாணிக்க ராசியும் காசினியைப் பாலிக்கும் மாயனும் சக்ரா யுதமும் பணிலமுமே."

மயிலுக்கும் பாம்புக்கும் பகை. முருகன் மயில் உற்சாகம் மிகுந்து விட்டால் ஆதிசேஷனுடைய முடிகளையே தாக்குகிறதாம். அதனால் ஆதிசேஷன் முடிமணிகள் உதிர்கின்றன. அதன்மேல் சயனித்திருக்கும் திருமாலே கீழே விழுந்து விடுகிறாராம். அவர் கையில் உள்ள சக்ராயுதமும் சங்கமும் மயிலின் காலில் கிடக்கின்றனவாம். தூவிக்குல மயிலாகிய அது தன் கலாபத்தை விரித்தால், கராசலங்கள் எட்டும் குலகிரி எட்டும் விட்டோடும்; எதற்கும் எட்டாத வெளி மட்டும் புதைய அந்தக் கலாபம் விரிக்குமாம்.

4.சேவல்

முருகப் பெருமானுடைய கொடி சேவல். அது கொடியில் இருப்பதோடு வேறு பல செயல்களையும் செய்கிறதாம். அதன் பெருமையை ஒரு தனிப் பாட்டில் சொல்கிறார்.

'படைப்பட்ட வேலவன் பால்வந்த வாகைப்
பதாகை என்னும்
தடைப்பட்ட சேவல் சிறகடிக் கொள்ளச்
சலதிகிழிந்
துடைபட்ட தண்ட கடாகம்; உதிர்ந்த
துடுபடலம்;
இடைபட்ட குன்றமும் மாமேரு வெற்பும்
இடிபட்டவே'

அது தன் சிறகை அடித்துக் கொண்டதாம்; அதனால் உண்டான காற்றினால் கடல் கிழிந்து கொந்தளித்தது; அண்ட கடாகம் உடைபட்டது; உடுபடலம் உதிர்ந்தது; பல மலைகளும் மேருவும் இடிபட்டனவாம்.

பின்னும் அதனை, கோழிக்கொடி, செஞ்சேவல், சுடர்க்குடுமிக் காலாயுதக் கொடி, சேவல், சேவற்கொடி, சேவற்பதாகை என்று சொல்கிறார்.

5. தலங்கள்

முருகன் எழுந்தருளியிருக்கும் தலங்கள் சிலவற்றைச் சொல்கிறார். திருவண்ணாமலையில் பல காலம் வாழ்ந்த வராதலின் முதற் பாட்டிலேயே, "அடலருணைத் திருக் கோபுரத்தே அந்த வாயிலுக்கு, வடவருகிற் சென்று கண்டு கொண்டேன் வருவார் தலையில், தடபடெனப்படு குட்டுடன் சர்க்கரை மொக்கியகைக், கடதட கும்பக் களிற்றுக் கிளைய களிற்றினையே" என்கிறார். திருச்செங்கோட்டில் பேரன்பு கொண்டவர் அருணகிரிநாதர். வேறு எந்தத் தலத்தையும் சொல்லாத கந்தர் அனுபூதியில், "நாகாசல வேலவ" என்று அந்தத் தலத்தை மட்டும் சொல்கிறார்.

கந்தர் அலங்காரத்தில், தெய்வத்திருமலைச் செங்கோடு, காவிரிச் செங்கோடு, செங்கோட்டு வெற்பு, சேலார் வயற் பொழிற் செங்கோடு, கன்னிப் பூகமுடன் தருமா மருவு செங்கோடு, சேலிற்றிகழ்வயற் செங்கோடை வெற்பு என்று சிறப்பிக்கிறார்.

திருச்செந்தூரை, "சேல்பட் டழிந்தது செந்தூர் வயற் பொழில்" என்பதில் சொல்வதோடு, "ஒரு கோடி முத்தம் தெள்ளிக் கொழிக்கும் கடற்செந்தில்" என்றும் சொல்கிறார். கடல் அலையின் துளிகள் யாவும் அவருக்கு முத்துக்களாகத் தோன்றின போலும்! "படிக்கின்றிலை பழநித் திருநாமம்" என்று பழநியையும், தென்தணிகை", "திருத்தணிக்குன்று" என்று திருத்தணியையும் இயம்புகிறார்.

வள்ளியம் பெருமாட்டியைப் பலபடியாகப் பாடிப் புகழ்கிறார். பெரும் பைம்புனத்தினிற் செவ்வேனல் காக்கின்ற பேதை, பொருபிடியும் களிறும் விளையாடும் புனச் சிறுமான்

தரு பிடி, கடத்திற் குறத்தி, நெற்றாப் பசுங்கதிர்ச் செவ்வேனல் காக்கின்ற நீல வள்ளி, தெள்ளிய ஏனலில் கிள்ளை, கள்ளச் சிறுமி என்று அப்பிராட்டி தினைப்புனம் காத்ததைச் சொல்கிறார். தேனென்று பாகென்று உவமிக் கொணா மொழித் தெய்வ வள்ளி, கொல்லியைச் சேர்க்கின்ற சொல்லி (கொல்லி - ஒரு பண்), கொவ்வைச் செவ்வாய் வல்லி, மொய்தார் அணிகுழல் வள்ளி, குறிஞ்சிக்கிழவர் சிறுமி, கோலக் குறத்தி, அம் குறச் சிறுமான், வேடிச்சி, விளங்கு வள்ளி, காட்டிற் குறத்தி, செம்மான் மகள் என்று பல இயல்புகளையும் சொல்கிறார். முருகனை, "வள்ளிக்கு வாய்த்தவனே!" என்று அழைக்கிறார்.

6. திருவிளையாடல்களும் வீரச்செயல்களும்

முருகப் பெருமானுடைய திருவிளையாடல்களையும் வீரச் செயல்களையும் பாராட்டிப் பல வகையில் சொல்கிறார்.

கிரவுஞ்சம் அணுவாகிக் குலையவும் அரக்கர் அணிபட்டு அவர்கள் சேனை நெளியவும் செய்தான். அதனால் சூரன் பேரணி கெட்டது; தேவேந்திர லோகம் பிழைத்தது. சூரனைக் கொன்றதை வெவ்வேறு வகையில் எடுத்துக் காட்டுகிறார். சூரனை ஓரிமைப் போதினிற் கொன்றவன், அவுணர் மார்பில் பெருகிய இரத்தக் குளத்தில் குதித்துக் குளித்துக் களித்து வெற்றிக் களத்திற் கழுதாடச் செய்தவன். அவன் சூரனை அழித்ததனால் இந்திரன் பிழைத்தான்; அதனால் அவனுடைய மனைவியாகிய சசிதேவி மங்கல நாண் ரட்சிக்கப் பெற்றது. தன்னுடைய சுற்றத்துடன் வந்த சூரனுடைய மார்பும் கிரௌஞ்ச கிரியும் ஒரே சமயத்தில் ஊடுருவ வேலால் துளைத்தான்; அவுணர் குலம் முழுவதும் பொடியாக்கினான்; கிரவுஞ்ச கிரி பொட்டுப் பொட்டாக உதிரச்செய்தான்; சூரனை அழித்து அமராவதி கொண்ட கொற்றவனானான்.

வேல்பட்டுச் சமுத்திரமும் சூரனும் கிரவுஞ்ச மலையும் அழிந்தன; அசுரர் குலமுழுவதும் அஞ்சி நடுங்கி ஓலமிடச் செய்தான்; சமுத்திரத்தில் வேலை விட்டபொழுது சூரன் நடுங்கிப் போனான்; கிரவுஞ்ச கிரி தவிடுபொடியாகிவிட்டது. அது ஆறு கூறாகப் பிளந்தது; அது கிழிந்ததுபோல விரைவில் அழிந்தது. அவன் வேலாயுதம் விட்டதனால் மலைகள் அற்றன; அவுணர் சிரங்கள் அற்றன; கடல் வறந்தது. இந்திராணியின் மங்கல நாணைக் காத்தான்.

கிருத்திகை மாதர் பாலை உண்பதற்காக விம்மி அழுதான். அம் மாதர் பாலை உண்டு அது போதாமல் புவனங்கள் ஈன்ற பொற்பாவையாகிய அம்பிகையின் பாலை உண்டான். அவன் சப்பாணி கொட்டினான்; திசையில் உள்ள எட்டு மலைகளும் பாதி பாதியாய் விழுந்தனவாம்; மேருவும் குலுங்கியதாம். விண்ணோர் உய்ந்தனர். அவனுடைய பாதம் பட்டதனால் அருணகிரிநாதப் பெருமான் தலைமேல் அயன் எழுதிய எழுத்து அழிந்து விட்டதாம். பாதித் திருவுருப்பச் சென்றிருக்கும் சிவபிரானுக்கு உபதேசம் செய்தான். இதை, "தந்தைக்கு முன்னம் தனிஞான வாள் ஒன்று சாதித்தருள் கந்தச்சுவாமி" என்பதில் குறிப்பிடுகிறார். முருகன் செந்தமிழ் நூல் விரித்தவன். தேவர்களைச் சிறையினின்றும் மீட்பதற்காகத் தன் சிற்றடியில் பூங்கழல் கட்டிக் கொண்டான். அவன் விளையாடியபோது திண்கிரிகள் சிந்தின. அன்பர்களுக்குக் குருவடிவாய் வந்து உபதேசம் செய்வான். "எங்கே நினைப்பினும் அங்கே என் முன்வந் தெதிர் நிற்பனே" என்று அருணகிரியார் அவன் அருளைப் பாராட்டுகிறார்.

7. உபதேசம்

உலகத்தாருக்குப் பல வகையான உபதேசங்களைச் செய்கிறார். யாக்கை நிலையாதது என்கிறார்; வெய்யிற் கொதுங்க உதவா உடம்பு என்கிறார். பொருள் நிலையாமையைப் பலவாறு எடுத்து அறிவுறுத்துகிறார். கையில் பொருள் கடைவழிக்கு உதவாது; உங்கள் அத்த மெல்லாம் ஆழப் புதைத்து வைத்தால் வருமோ நும் அடிப்பிறகே? சுழித்தோடும் ஆற்றில் வரும் வெள்ளத்தைப் போன்றது செல்வம்; தேரிலும் கிரியிலும் பரியிலும் செல்பவர் செல்வமெல்லாம் நீரில் எழுத்துப் போன்றவை; உள்ளபோதே வறியவர்களுக்குக் கொடுக்காத செல்வம் பாதகத்தால் தேடிப் புதைப்பார்கள்; திருட்டிற் கொடுத்துத் திகைத்து இளைப்பார்கள்; வாடிக் கிலேசித்து வாழ்நாளை வீணுக்கு மாய்ப்பார்கள். 'பிறருக்குக் கொடுக்காமல் வைத்த பொன்னும் சிங்கார வீடும் மடந்தையரும் நிலையாக நிற்க முடியுமா?' என்று கேட்கிறார். உயிர் வேறு துணையின்றிப் போகும் தனிவழிக்குத் துணையாக இவைவாரா என்பதை அறி வுறுத்துகிறார். நில்லாது செல்வம் என்கிறார். 'காலன் உமைக் கொண்டு போம் அன்று பூண்பனவும்.... மாளிகையும் பணச் சாளிகையும் ஆர்கொண்டு போவர்?' என்று வினவுகிறார். (சாளிகை - பை.)

அறம் செய்ய வேண்டும் என்று அறிவுறுத்தும் இடங்கள் யல. 'தானம் என்றும் இடுங்கோள்' என்கிறார். 'வேலோனை வாழ்த்தி வறிஞர்க் கென்றும், நொய்யிற் பிளவள வேனும் பகிர்மின்கள்' என்று உபதேசிக்கிறார். நாம் நொய்யாற் கஞ்சி செய்து உண்ணும் வறிய நிலையில் இருந்தாலும் அப்போதும் ஒரு பங்கு அறம் செய்ய வேண்டும் என்பது அவர் கருத்து. அப்படிச் செய்தால் அது நாம் இறுதியில் போகும் தொலையா

வழிக்குற்ற துணையாக வரும். நம் வறிய நிலையிலும் இலைக்கறியாவது வெந்தது ஏதாவது ஏற்றவற்குப் பகிர்ந்து அளிக்க வேண்டும். அதுவே ஒரு வகைத் தவம். உள்ள போதே கொடாதவர் பிறகு இம்மையிலும் அம்மையிலும் துன்புறுவார்கள். இரு பங்கு பொருள் சேர்த்து அதில் ஒரு பங்கு பிறருக்குக் கொடுத்துப் பிறகு உண்டு இருக்க வேண்டு மாம்; இதை, "இருபிடி சோறு கொண்டிட்டுண்டிரும்" என்று குறிப்பாகச் சொல்கிறார். அப்படிப் பிறருக்குக் கொடுக்காமல் இருந்து விட்டால், அந்த உணவை உண்ட உடம்பு இறுதியில் ஒரு பிடி சாம்பலும் காணாத மாய உடம்பு என்கிறார். முருகனிடம் போலி அன்பு காட்டுகிறவர்கள், யாராவது வந்து இரந்தால் எங்கேயோ போகவேண்டுமென்று அவசரமா எழுந்து போய் விடுவார்களாம். அவர்கள் நிலையை, "எங்கேனும் எழுந்திருப்பார்; வேற்குமரற் கன்பிலாதவர் ஞானம் மிகவும் நன்றே!" என்று பரிகசிக்கிறார். இரப்பவர்களுக்கு இட்டது எங்காயினும் நமக்கு வேறு வகையில் வந்து உதவும். பிறருக்கு இட்டு அதனால் வறுமை அடைந்தால் அதுசிறந்ததாம்; "இட்டு மிடிக்கின்றிலை நெஞ்சமே,தஞ்சமேது. நமக்கினியே " என்று வேசாறுகிறார்.

மகளிர் மயலில் ஈடுபட்டாலும் வேலை மறவேன் என்கிறார்.

இறைவன் திருவடியே வீடு என்பதை, "செக்கச் சிவந்த கழல்வீடு" என்று நினைப்பூட்டுகிறார். வீட்டிற் புகுவதற்கு எளிய வழி காட்டிற் குறத்தி பிரான் பதத்தே கருத்தைப் புகட்டுதல்; கருத்தைப் புகட்டுவது அரிதாயினும் அது கிட்டிவிட்டால் பின்பு வீடு கிடைப்பது எளிதாகி விடும்.

8. தம்மை இழித்துக் கொள்ளல்

இறைவனிடம் இடைவிடாத பக்தி உடையவராயினும் அருணகிரிநாதர் தம்மை உயர்வாக எண்ணாமல் இழிவாகவே எண்ணிப் பேசுகிறார். இந்த நைச்சியானு சந்தானம் ஞானிகளுக்கு இயல்பு.

'நான் சென்ற பிறவிகளிற் செய்த பேறு இல்லாதவன்; இந்தப் பிறவியில் தவம் செய்யாதவன்' என்கிறார். ஐந்து இந்திரியங்கள் அவரை நல்லதை நினைக்கச் செய்யாமலும், அதில் நிலைநிற்கச் செய்யாமலும், மலரிட்டு முருகனைத் தொழவொட்டாமலும் செய்கின்றன. உள்ளத்தில் பிரமம் கொண்டு அசட்டுக் கிரியைக்குள் தவிக்கிறாராம். உலகத்தில் உள்ள பாச வாழ்க்கையில் பஞ்சேந்திரியங்களால் குழப்பம் அடைந்திருக்கிறார். பாசநெஞ்சராக உள்ளார், மங்கையரைப் புகழ்ந்து திரிகிறார். மங்கையர் தம் கண்ணால் அவரைப் பதைக்கப் பதைக்க வளைக்கிறார்கள். இருங்காம விடாயில் பட்டு ஆருயிரைத் திருகிப் பருகிப் பசி தணிக்கும் கட்டாரி வேல் விழியார் மயலில் மனம் கட்டுண்டது. 'பக்தித்துறை இழிந்து ஆனந்த வாரி படிவதென்றோ?' என்று கேட்கிறார். அப்போது புத்தித்தரங்கம் தெளியுமாம். 'துன்பம் இன்பம் கழித்து ஓடுகின்ற காலம் எக்காலம்?' என்று ஏங்குகிறார். "உதித்தாங் குழல்வதும் சாவதும் தீர்த்தெனை உன்னில் ஒன்றாய் விதித்தாண்டு அருள் தரும் காலம் உண்டோ?" என்று ஆராமையுடன் வினவுகிறார். பால்போன்ற மொழியுடைய பெண்களின் இன்பத்தால் மயக்கம் உற்று உய்யும் வழி தெரியாமல் இருக்கிறார். 'குமரன் பதாம்புயத்தை வணங்காத் தலை எனக்கு எங்கே வந்து வாய்த்தது?' என்று இரங்குகிறார். "மாதர்பால் மயங்கும் மனோதுக்கம் மாய்வதற்கு என்று நீ யருள்வாய்?' என்று வினவுகிறார். 'புத்தியை வேறு இடங்

களில் செல்லாமல் இழுத்து நின் பாதாம்புயத்தில் ஈடுபடச் செய்து முத்தியைப் பெற அறியவில்லையே!' என்று புலம்புகிறார்.

தம் நெஞ்சை, 'செலவமெல்லாம் நீர்மேல் எழுத்துக்கு நேர் என்று அறியாத பாவி நெடு நெஞ்சமே' என்கிறார். 'எம்பெருமானே, செத்துப் போவதற்கும் மறுபடியும் பிறப்ப தற்கும் அல்லாமல் தளர்ந்தவர்க்கு ஒன்றைக் கொடுப்பதற்கு எனக்கு அருள் புரியவில்லையே! என்று ஏங்குகிறார், 'நான் 'உன்னைச் சிந்திக்கவில்லை; சேவிக்கவில்லை; தண்டைச் சிற்றடியை வந்திக்கவில்லை; உன்னைச் சிறிதும் வாழ்த்த வில்லை; உன்னைச் சந்திக்கவில்லை; பொய்யை நிந்தித்து உண்மையைச் சாதிக்கவில்லை. புந்திக் கிலேசமும் காயக் கிலேசமும் போகவில்லை' என்கிறார். 'நான் செய்த அன்பெல்லாம் பெய்யோ?' என்று ஐயுறுகிறார். 'பெறுவதற் கரிய மனிதப் பிறவியைப் பெற்றும் முருகன் சிற்றடியைக் குறுகிப் பணியும் பேறு பெறவில்லை. பழனித் திருநாமம் படிக்கவில்லை; படிப்பவர் தாளையாவது சிரமேற் கொள்ள வில்லை. முருகா என்று ஓதவில்லை.பிறருக்கு இட்டு அதனால் வறுமை யுறவில்லை.இப்படி இருக்கும் எனக்குத் தஞ்சம் ஏது?' என்று உளைகிறார்.

'இந்தப் பிரமன் எனக்கு உன் தாளைச் சூடாத தலையையும், பார்க்காத கண்ணையும், தொழாத கையையும், பாடாத நாவையும் படைத்திருக்கிறானே; அவனுக்கு நான் என்ன குற்றம் செய்தேன்?' ஏன்று கேட்கிறார்,'நெஞ்சே, மாதர் மயலில் சிக்காது, முருகன் பூங்கழலை நோக்கு' என்று தம் நெஞ்சுக்குச் சொல்கிறார். பந்தாடும் மங்கையர்கள் கயல் போன்ற கண்பார்வையில் பட்டு உழலும் சிந்தாகுலம் கொண்டவராம். அதைத் தீர்த்தருள வேண்டுமாம். 'உன்னை வணங்கித் துதிக்க அறியாத மனிதருடன் இணங்கிக் குணம் கேட்ட துஷ்டன் நான்' என்கிறார். சாது சங்கம் இல்லாமல் கேட்டுப் போனேன் என்பது கருத்து. பிரமனைக் குறை கூறுகிறார்; 'முருகனைக் கண்டு தொழ நாலாயிரம் கண் படைத்திலனே அந்த நான்முகனே' என்கிறார்.

‘முருகன் கண் கொள்ளாத பேரழகுடையவன் என்பதை இதனால் புலப் யடுத்துகிறார். பெண்களின் கண்ணையும், வஞ்சகமான சொற்களையும், புன்சிரிப்பையும் விரும்புகிற நெஞ்சமே, வள்ளி மணவாளனை விரும்பாமல் இருக்கிறாயே!' என்று நெஞ்சத்தைக் குறைகூறுகிறார். 'நதியைப் போல நில்லாது ஓடும் பொய்யான வாழ்வில் அன்பு வைத்து, நரம்பால் பொதிந்த பொதியாகிய உடம்பைச் சுமந்து திண்டாடுமாறு விதி செய்து விட்டதே! இதை நொந்து நொந்து என் மனம் வேகின்றது' என்று நைகிறார். துணை எதும் இல்லாமல், தாவிப் படரக் கொழு கொம்பு இல்லாத தனிக் கொடி போல் பாவித் தனி மனம் தள்ளாடி வாடிப் பதைக்கின்றதாம். 'பிறருக்கு இடுவதைச் சற்றேனும் கருதேன்; போதமிலேன்; இப்படி இருப்பினும் என்னைத் தொண்டருள் ஒருவனாக வைத்து அவர்களோடு கூட்டி வைத்தாயே! உன் பேரருள் தான் என்னே!” என்று வியப்படைகிறார். 'உயிருக்கு எப்படியும் மோசம் வரும் என்று அறிந்து, உன் அரும்பதங் களைச் சேவிக்கவேண்டும் என்று நான் நினைக்க வில்லையே!' என்று இரங்குகிறார். "இதற்குக் காரணமான என் பாவத்தைத் தீர்த்தருள வேண்டும்' என்று விண்ணப்பித்துக் கொள்கிறார். 'இருதலைக் கொள்ளி எறும்பு போல என் உள்ளம் குலைகின்றது; இந்தத் துயரத்தை ஒழித்து அருள் பாலிக்கவேண்டும்' என்று வேண்டுகிறார்.

9. பிற தெய்வங்கள்

சிவபெருமான்

இடையிடையே பல மூர்த்திகளை நினைந்து பாராட்டுகிறார். சிவபெருமானை, செஞ்சடாடவி மேல், ஆற்றைப் பணியை இதழியைத் தும்பையை அம்புலியின் கீற்றைப் புனைந்தபெருமான், (இதழி கொன்றை.); தேரணியிட்டுப் புரம் எரித்தான்;

கணபணக்கட் செவியாற் பணி அணி கோமான், இருகோட்டு ஒருகைப் பொருபூதரம் உரித்து ஏகாசம் இட்ட புராந்தகன் (ஏகாசம்-மேற்போர்வை); இக்கு முல்லையுடன் பற்றாக்கையும் வெந்து சங்க்ராமவேளும் பட விழியாற் செற்றான் (சங்க்ராமம் - போர்); ஆலுக்கணி கலம் வெண்டலை மாலை (ஆல் உ-ஆலடியில் உள்ள கடவுள்); பாதித் திருவுருப் பச்சென்றவர்; தந்தை; அராப்புனை வேணியன்; சுத்த நித்த முத்தித் தியாகப் திரியம்பகன்; மைவரும் பொருப்பு; த்ரிபுராந்தகன்; கண்டத்தர்; சங்குசக்ராயுதன் விரிஞ்சன் அறியாச் சூலா யுதன்; மன்றாடி; கடல்மீதெழுந்த ஆலங் குடித்த பெருமான்; பசுபதி.

அம்பிகை

அம்பிகையை இவர் பாராட்டுவதைப்பார்க்கலாம். அவள் திருந்தப் புவனங்கள் ஈன்ற பொற் பாவை; ஒருவரைப் பங்கில் உடையாள்; திருவுருப் பச்சென் றிருப்பவள்; பாடும் கவுரி; த்ரியம்பகனைப் பாகத்தில் வைக்கும் பரம கல்யாணி; உமை.

திருமால்

திருமாலைப் பலவகையில் கொண்டாடுகிறார். முருகனுக்கு மாமனார் அல்லவா? மாமனாரைக் கொண்டாடினால் கூட மாப்பிள்ளைக்குச் சந்தோஷந்தானே?

மாவலிபால் மூவடி கேட்டு அன்று மூதண்ட முகடு முட்டச் சேவடி நீட்டும் பெருமாள் என்று திரிவிக்ரமா வதாரத்தைப் பாராட்டுகிறார்; கைதான் இருபதுடையான் தலை பத்தும் கத்தரிக்க எய்தான் என்று இராமவதாரத்தைச் சிறப்பிக்கிறார்; வெற்பு நட்டுரக பதித்தாம்பு வாங்கி நின்று அம்பரம் பம்பரம் பட்டுழல மதித்தான் என்றும், காலே மிக உண்டு காலே இலாத கணபணத்தின் மேலே துயில் கொள்ளும் மாலோன் என்றும், கவியால் கடல் அடைத்தோன் என்றும் சிறப்பிக்கிறார். பெரும்பாம்பில் நின்று நடித்தான் என்று காளிங்க நர்த்தனத்தைக் குறிப்பிடுகிறார்; இலங்கா புரிக்குப் போகைக்கு நீ வழி காட்டென்று போய்க் கடல் தீக்கொளுந்த, வாகைச் சிலைவளைத்தோன் என்று இராம பிரான் புகழைச் சொல்கிறார்; அகிலம் உண்ட மால் என்றும், சங்கு சக்ராயுதன் என்றும், மாலோன் என்றும், கருமால் என்றும், மண் கமழ் உந்தித் திருமால் என்றும், தொல்லைப் பெருநிலம் சூகரமாய்க் கீன்றான் என்றும், காசினியைப் பாலிக்கும் மாயன் என்றும், கரி கூப்பிட்ட நாள் கராப்படக் கொன்று அக்கரி போற்ற நின்ற கடவுள் என்றும் புகழ் விரிக்கிறார்.

பிரமன்

அயன் கையெழுத்து முருகன் கால் பட்டு அழிந்து விட்டதாம். கோடாத வேதனென்று சிறப்பிக்கிறார்.

விரிஞ்சன், பங்கேருகன், நான்முகன், அயன் என்பண அவர் பிரமனைக் குறித்துக் கூறும் திருநாமங்கள்.

உடலின் இழிவு

இந்த உடம்பின் இழிவைப் புலப்படுத்தும் வகை பல. இதில் உள்ள பஞ்சேந்திரியங்களும் நம்மை அலைக் கழிக்கின்றன. அந்த ஐவர்களால் இந்த உலக வாழ்க்கையில் குழப்பம் உண்டாகிறது. இந்த உடம்பு வெய்யிற் கொதுங்க உதவா உடம்பு; இதன் நிழல் வெறும் நிழல்; ஐவர்க்கு இடம் பெறக் கால் இரண்டு ஒட்டி அதில் இரண்டு கைவைத்த. வீடு; பொக்கக் குடில்; நிணம் காட்டும் கொட்டில்; என் கரங்கள் உன் முன் குவியாக் கரங்கள்; தோலால் சுவர் வைத்துப் பத்து வகையான வாயுவை வைத்து இருகாலால் எழுப்பி, வளை முதுகு ஒட்டி, கைநாற்றி நரம்பால் ஆக்கை யிட்டுத் தசைகொண்டு வேய்ந்த அகம்; பூதவிடு; சாகையும் பிறக்கையும் உடையது; வினையினால் விளைவது; இறந்தால் ஒரு பிடி சாம்பரும் காணாத மாய உடம்பு; இதனால் உண்டாவது கிலேசம்; இந்த யாக்கை நீர்க் குமிழிக்கு நிகரானது; ஐவர் பராக்கினால் கெடுவது; பதைக்கும் மனம் உடையது; 'முருகன் தாளைச் சூடாத சென்னியும் நாடாத. கண்ணும் தொழாத கையும் பாடாத நாவும் எனக்குப் பிரமன்படைத்தான்' என்கிறார். ஐவரும் கைவிட்டு மெய்விடும் போது முருகன்தான் அடைக்கலம். நரம்பாற் பொதிந்த பொதி இவ்வுடம்பு; துட்ட நோய் அடைவது; ஆவிக்கு, மோசம் வரும்.

10. உபதேசம்

மக்கள் உய்ந்து நற்கதி அடைவதற்குரிய உபதேசங்களைச் செய்கிறார். அயில் வேலன் கவியை எழுத்துப் பிழையறக் கற்க வேண்டும்; மனத்தைத் தடுக்க வேண்டும்; வெகுளியை விடவேண்டும்; தானம் என்றும் இடுக; இருந்தபடி இருக்க வேண்டும்; அப்போது அருள் தானே வெளிப்படும். வடிவேலோனை வாழ்த்தி வறிஞர்க்கு என்றும், நொய்யிற் பிளவளவேனும் பகிர்மின்கள்; கோழிக் கொடியன் அடி பணியாமல் உங்கள் பொருளைப் புதைத்து வைத்தால் இந்தப் பிறவியின்பின் வருமா? முருகன் திருநாமம் புகல்பவர் பிறவிக்கடலில் புகார்; மிடியால் விதனப்படார். தொண்டர் குழாம் சாரில் கதி அன்றி வேறு இல்லை. முருகனை வணங்கி,ஏற்றவர்க்கு இலையாயினும் வெந்தது ஏதாயினும் பகிர்ந்து இடுங்கள்; அதுவே ஒருவகைத் தவம்; அது நிலையானது. குமரனை எண்ணிக் கசிந்துருகி உள்ளபோதே கொடாதவர் பாதகத்தால் தேடிப் புதைத்துத் திருட்டிற் கொடுத்துத் திகைத்திளைத்து வாடிக் கிலேசித்து வாழ்நாளை வீணுக்கு மாய்ப்பவரே. ஆங்காரமும் அடங்கவேண்டும்; பரமானந்தத்தே தேங்குக; நினைப்பும் மறப்புமாகிய சகல கேவலங்கள் அறவேண்டும்; இல்லையேல் எமதூதருக்கு அஞ்சும்படி நேரும். முருகன் கவி கேட்டு உருகி இழியும் கவி சுற்றிடாதிருப்பீர் சண்முகவா எனச்சாற்றி நித்தம, இருபிடி சோறு கொண்டிட்டுண்டிருடிம்; ஏற்பவர்க் கிட்டது முருகன் அருள் போல் எங்காயினும் வரும; முருகன் சரணத்திலே ஓடும் கருத்தை இருத்த வல்லார்க்கு உகம் போய்ச் சகம் போய்ப் பாடும் கவுரி பவுரி கொண்டாடப் பசுபதி நின்றாடும் பொழுது பரமாயிருக்கும் அதீதத்திலே; குருநாதன் சொன்ன கருத்தை மனத்தில் இருத்தும் கண்டீர், முத்திகை கண்டது;

மயில்வாகனனைச் சாந்துணைப் போதும் மறவாதவர்க்கு ஒரு தாழ்வில்லையே. இராப்பகலற்ற இடத்தே இருத்தல் எளிதல்லவே. இட்டு மிடிக்கின்றலை. முருகனை வாழ்த்துவது கைவரும் தொண்டு; முருகன் பதத்தே கருத்தைப் புகுத்தின் வீட்டில் புகுதல் மிக எளிது; அன்பு குன்றி யோகம் செய்வதால் பயன் இல்லை. செங்கோடனை வாழ்த்துகை சால நன்றே; யான் தான் எனும் சொல் இரண்டும் கேட்டால் அன்றி யாவருக்கும் தோன்றாது சத்தியம். சலங்காணும் வேந் தர்தமக்கும் அஞ்சார், எமன் சண்டைக் கஞ்சார், துலங்கா நரகக் குழியணுகார், துட்ட நோயணுகார், கலங்கார் புலிக்கும் கரடிக்கும் யானைக்கும் கந்தன் நன்னூல் அலங்காரம் நூற்றுள் ஒரு கவிதான் சுற்றறிந்தவரே. ஆவிக்கு மோசம் வருமாறறிந்து முருகன் அருட்பதங்கள் செவிக்க வேண்டும்; அறுமுகவன் வேலும் திருக்கையும் உண்டே நமக்கொரு மெய்த்துணையே.

துணை

பல வகையான துணைகள் நமக்கு வேண்டும். தொண்டர் குழாம் சாரின் கதியுண்டு; இரப்பவர்க்கு ஈவது தொலையா வழிக்குத் துணை ; விழிக்குத் துணை முருகன் மென்மலர்ப் பாதங்கள்; மெய்ம்மை குன்று மொழிக்குத் துணை முருகா எனும் நாமங்கள்; முன்பு செய்த பழிக்குத் துணை அவன் பன்னிரு தோள்கள்; பயந்த வழிக்குத் துணை வடிவேலும் மயூரமுமே.

கால பயம் இன்மை

முருகனை வணங்குவதனால் கால பயம் இராது என்பதைக் காலனை முன்னிலைப் படுத்தியும் படர்க்கையில் வைத்தும் பல பாடல்களைப் பாடியுள்ளார்.

மரணப்ரமாதம் நமக்கு இல்லையாம்; இந்த உடம்பாகிய வீடு குலையுமுன்னே காத்தருள்வான்; யமனே தண்டாயுதமும் திரிசூலமும் விழத் தாக்கி உன்னைத் திண்டாட வெட்டி விழ விடுவேன். வந்துபார் சற்றேன் கைக்கு எட்டவே.

சிவயோகிகளே காலத்தை வென்றிருப்பார். ஓலையும் தூதரும் கண்டு திண்டாடல் ஒழித்து எனக்கு எப்போதும் முருகன் உருவம் முன் நிற்கும். முடியாப் பிறவிக் கடலிற் புகார். கொடுங்கூற்று என் செயும்? சாவதும் தீர்த்துக் கூற்றுவன் பாசத்திற் பிடிக்கும் பொழுது வந்தஞ்சல் என்பாய்; கூற்றுவன் ஊர்க்குச் செல்லும் வழியும் துயரும் பகரீர் பகரீர் மறந்தவர்க்கே. 'பட்டிக் கடாவில் வரும் அந்தகா, உனைப் பார் அறிய வெட்டிப் புறங்கண்டலாது விடேன்' வெட்டும் கடாமிசைத் தோன்றும் வெங்கூற்றன் விடும்கயிற்றால், கட்டும் பொழுது விடுவிக்க வேண்டும்; காலன் வெம்பி வந்திப் பொழுதெனை என் செயலாம்? சத்தி வாள் ஒன்றிறால் சிந்தத் துணிப்பன் துணிப்பரும் கோபத்ரி சூலத்தையே; மாகத்தை முட்டி வரும் நெடுங்கூற்றன் வந்தாலென் முன்னே, தோகைப் புரவியிற் றோன்றி நிற்பாய்; வாராதகல் அந்தகா, வந்தபோதுயிர் வாங்குவனே' மெய்விடும் போதுன் அடைக்கலமே, என்பால் ஆயுதம் வரு மோ எமனோடு பதைக்கினுமே? திருமுகம் ஆறும் கண்ட தபோதனர்க்கு இங்கு எமராசன் விட்ட கடையேடு வந்து இனி என்செயுமே? பிறவி அற இச்சிறை விடுதலைப் பட்டது எமன்சண்டைக் கஞ்சார். சூலம் பிடித்தெம பாசம் சுழற்றித் தொடர்ந்து வரும் காலன் தனக்கொரு காலும் அஞ்சேன்.

11. அநுபவம்

இவ்வளவும் சொன்னவர் நம்முடைய அனுபவத்தைச் சொல்கிறார். முன்னாலே சொன்ன குறைகளை உடையவர் களுக்கு இத்தகைய அநுபவம் கிட்டாது. மற்றவர்களுக் காகச் சொன்னவை அவை. உண்மையான அருணகிரி நாதரை இந்த அநுபவங்களைச் சொல்வதன் மூலம் அறிந்து கொள்ளலாம்.

திருவண்ணாமலையில் முருகனைக் கண்டவர் அருணகிரி நாதர். முருகன் ப்ரபஞ்ச மென்னும் சேற்றைக் கழிய வழி விட்டான்; அதனை அறிந்து அவன் அருளை வியந்தார்; "வழிவிட்டவா'' என்கிறார். குமரனை மெய்அன்பினால் மெல்ல மெல்ல உள்ளக் கரும்பும் துவர்த்துச் செந்தேனும் புளித்து அறக் கைத்தன.

முருகன் அருணகிரிநாதருக்கு உபதேசம் செய்தான். அவரே இதைச் சொல்கிறார்.

ஒளியில் விளைந்த ஞான பூதரத் துச்சியின் மேல், அளியில் விளைந்ததோர் ஆனந்தத் தேனை, அநாதியிலே வெளியில் விளைந்த வெறும் பாழைப் பெற்ற வெறுந்தனியைத் தெளிய விளம்பினான். 'வள்ளிகோன் அன்று போதித்த தொன்றுண்டு; கூறவற்றோ?' என்று சொல்கிறார். இது அன்று, அது அன்று என்கின்றார்; 'வானன்று, காலன்று, தீயன்று, நீரன்று, மண்ணும் அன்று, தானன்று, நானன்று, அசரீரி அன்று,சரீரி அன்றே.' 'என்னுடைய துன்பங்களெல்லாம் போக நான் கேட்கும் படி ஓர் இரகசியத்தைச் சொன்னான்' என்கிறார். குருநாதன் சொன்ன சீலத்தை மெல்லத் தெளிந்தறிவார் சிவயோகிகளே, காலத்தை வென்றிருப்பார். 'ஒரு பூதரும் அறியாத் தனி வீட்டில் உரை உணர்வு அற்று இரு, பூதவீட்டில் இராமல்'

என்றான். வேலவன் போதித்தது என்ன வியப்பு? பஞ்ச பூதமற்று, உரையற்று, உணர்வற்று, உயிரற்று, உபாயமற்று, கரையற்று, இருள் அற்று, எனதற்று இருக்கும் அக்காட்சியை அவன் போதித்தான். சிவயோக மென்னும் குருத்தை அறிந்து முகம் ஆறுடைக் குருநாதன் சொன்ன கருத்தை மனத்தில் இருத்தினால் முத்தி கைகண்டதே. திருவடியும் தண்டையும் சிலம்பும் சிலம்பூடுருவப், பொருவடி வேலும் கடம்பும் தடம்புயம் ஆறிரண்டும் குருவடிவாய் வந்து அவர் உள்ளம் குளிரக் குதிகொண்டன.

தேசிகனாக முருகன் உபதேசம் செய்ய அருணை மாமுனிவர் அடைந்த பேரானந்த அநுபவத்தைச் சொல்லினால் சொல்ல முடியுமா? 'சொல்லுகைக்கு இல்லை' என்று அவரே சொல்கிறார். ஆனாலும் ஒருவாறு தாம் பெற்ற அநுபவங்களைச் சொல்கிறார்.

இந்த உடம்பில் இருக்கும்போதே இறையருள் இன்பத்தை அடைய வழிகாட்டுவது நம் சமயம். அவ்வாறு பெற்ற இன்பத்தை ஒருவாறு சொல்கிறார் அருணகிரிநாதப் பெருமான்.

'சொல்லுகைக்கு இல்லை என்று எல்லாம் இழந்து சும்மா இருக்கும் எல்லையில் செல்ல என்னை விட்டான். அது என்ன ஆச்சரியம்!' என்று அருளுகிறார். அந்த இன்பம் அயலார்க்குத் தெரியாதாம்; "வேலாயுதன் வெட்சித் தண்டைப் பாதாரவிந்தம் அரணாக அல்லும் பகலும் இல்லாச் சூதான தற்ற வெளிக்கே ஒளித்துக் சும்மா இருக்கப் போதாய்; இனி மனமே, தெரியாதொரு பூதர்க்குமே.' ஆனந்த அநுபவத்தில் உடம்பே மறந்து போயிற்றாம்,

'மவுனத்தை உற்று, நின்னை உணர்ந்துணந்து எல்லாம் ஒருங்கிய நிர்க்குணம் பூண்டு,என்னை மறந்திருந்தேன் இறந்தே விட்ட திவ்வுடம்பே. அந்த ஞானம் அவிரோத ஞானம். தாமே அநுபவித்தாலன்றிச் சொல்ல முடியாத இன்பம் அவர் பெற்ற அநுபவம். 'மாலே கொள இங்ஙன்

காண்பதல்லால் மனவாக்குச் செயலாலே அடைதற் கரிதாய் அருவுருவாகி ஒன்று போலே இருக்கும் பொருளை எவ்வாறு புகல்வது?' காம சமுத்திரத்தை அவர் கடந்து விட்டார். தப்பிப்போன மனத்துக்கு எட்டாத ஞானகலை அவர் கண்ட கலை. பத்தித்துறை இழிந்து ஆனந்த வாரி படிந்து புத்தித் தரங்கம் தெளிந்தது.

'கலவிக்கள்ளை மொண்டுண்டு அயர்கினும் வேல்மற வேன்' என்கிறார், அயர்கினும் என்பது அயர்வதில்லை என்ற குறிப்பை உடையது. 'நாள் என் செயும்? வினைதான் என் செயும்? எனை நாடி வந்த கோள் என் செயும், கொடுங் கூற்று என் செயும்?' என்று இறுமாந்து வினவுகிறார்- பிறப்பு இறப்பை விட்டு முருகனோடு ஒன்றாக ஒன்றியவர் அவர். அவன் கால் பட்டு அவர் தலை யெழுத்தாகிய பிராரப்த கர்மமும் அழிந்து விட்டதாம். பிராரப்தம் அநுபவித்தே தீரவேண்டும் என்பர். ஆனால் அருணை முனிவர் அதையும் வென்றுவிட்டார். முருகனே ஞான சொரூபி என்று உணர்ந்தார். பத்தித்துறை இழிந்து ஆனந்தவாரி படிந்தார்; அப்போது தித்தித்திருக்கும் அமுதாகிய அநுபவத்தைக் கண்டார். அதுவே பத்தித் திருமுகம் ஆறுடன் பன்னிரு தோள்களுமாய்த் தித்தித்திருக்கும் அமுது. புத்திக்கமலத்து உருகிப் பெருகிப் புவனத்தையே எற்றித் தந்திக் கரை புரளும் பரமானந்த சாகரத்தில் அந்த அமுதை உண்டார். புத்தியை வாங்கி முருகன் பாதாம்புயத்தில் புகட்டி அன்பால் முத்தியை வாங்க அறிந்தவர். தொண்டர்குழாத்தோடு சார்ந்து நின்றார்.

ஆங்காரம் அடங்கி ஒடுங்கினவர்; பரமானந்தத்தே தேங்கினவர்; நினைப்பும் மறப்பும் அறப் பெற்றவர். ஓங்காரத் உள் ஒளிக்குள்ளே முருகன் உருவங் கண்டு தூங்காமல் தூங்கினவர். தொழும்பு பல செய்தவர். யமனுக்கு அஞ்சாதவர். மெய்யன்பு பூண்டவர். முருகன் சரணத்திலே ஓடும் கருத்தை இருத்த வல்லார்; ஆதலின் காலதேசவர்த்தமானம் அற்றன. 'உகம் போய்ச் சகம் போய்ப் பாடும் கவுரி பவுரிகொண்டாடப் பசுபதி நின்று ஆடும் பொழுது பரமாய் இருக்கும் அதீதத்திலே' என்று அந்த

இன்பத்தைச் சொல்கிறார். அவர் பெற்ற ஆனந்தம் சொல்ல ஒண்ணாததாம்; 'போக்கும் வரவும் இரவும் பகலும் புறம்பும் உள்ளும், வாக்கும் வடிவும், முடிவு மில்லாதொன்று வந்து வந்து தாக்கும்; மனோலயம் தானே தரும்; எனைத் தன்வசத்தே ஆக்கும், அறுமுகவா; சொல்லொணா திந்த ஆனந்தமே.' இந்தப் பாட்டைப் படிக்கும் போதே ஒரு கிளுகிளுப்பு நமக்கு ஏற்படுகிறது.

பஞ்சேந்திரியங்களின் பராக்கற்றவர்; மனப்பதைப்பு அற்றவர். அதனால் இராப்பகல் என்னும் சகல கேவலமற்ற இடத்தில் இருப்பவர். பரமானந்தம் மேற் கொள விம்மி விம்மி நடனம் ஆடினவர். கடம்பையும் நெஞ்சையும் முருகன் தாளிணைக்கே புகட்டிப் பணிந்தவர். கந்தா என்று வாழ்த்தும் இந்தக் கைவரும் தொண்டையல்லாமல் வேறு ஒன்றையும் அறியாதவர். எப்போதும் குறத்தி பிரான் பதத்தே கருத்தைப் புகட்டினவர். முருகன் அருளையே கவசமாகப் பெற்றவர். இனிப் பிறவாதவர். முருகனை வாழ்த்துதல் சால நன்று என்று உணர்ந்தவர், வள்ளியை வேட்டவன் தாள் வேட்கும் வேட்கையையன்றி வேற்றி யாதவர். யான், அவன் என்னும் இரண்டும் கெட்டவர். அதனால் முருகனைத் தனிவெளியிலே சந்திக்கும் பாக்கியம் பெற்றார். முருகன் கமலக்கழலை இடை விடாது சிந்திப் பதனாலும் தொண்டர் கூட்டத்திற் சேர்ந்ததனாலும் அவர் பெற்றஇன்பம் பெரிது. இராப்பகல் அற்ற இடம் காட்டி அங்கே இருந்து துதிக்கும் பேற்றை அடைந்தவர். அவருக்கு, முருகனுடைய வடிவேலும் திருமுகமும் பன்னிரு தோளும் எங்கே நினைத்தாலும் அங்கே முன் வந்து நின்றன. ஆவிக்கு மோசம் வருமாறு அறிந்தவர். ஆகவே முருகனுடைய அருட் பதங்களை உள்ளும் புறம்பும் சேவித்து இன்பம் கண்டவர்.

இவ்வாறு முருகனை உருவமரிகவும் அருவமாகவும் அருள் வடிவாகவும் ஆனந்த சாகரமாகவும் கண்டு உணர்ந்து அநுவித்து இந்த அற்புதமான நூலை வழங்கியிருக்கிறார் அருணை முனிவர். 'யான் பெற்ற இன்பம் பெறுக இவ்வையகம்!' என்பது மெய்ஞ்ஞானிகளின் கருத்தாகையால்

இவ்வாறு தம் அநுபவங்களைச் சொல்லி, 'நாமும் இந்த வழியிற் சென்று பரமானந்த சாகரத்தில் மூழ்க மாட்டோமா?' என்ற ஆவலை உண்டாக்குகிறார். அநுபவத்தைத் தாம் அநுபவித்ததோடு நிறுத்திக் கொள்ளாமல் பிறருக்கும் வழிகாட்டுபவர்கள் பரமஹம்ஸர்கள். அருணகிரி நாகப் பெருமான் ஒரு மெய்ஞ்ஞானி, மேலான பக்தர், ஜீவன்முக்தர், பரமஹம்சர். அவர் திருவாய் மலர்ந்தருளிய அலங்காரத்தைப் படிப்பதே புண்ணியம்; படித்து உணர்வதால் நல்லறிவும் அருளும் கிடைக்கும். தமிழில் இந்த நூல் அமைந்தது தமிழர் செய்த புண்ணியப் பயன்.

12. கந்தர் அலங்காரம்

காப்பு

அடலரு ணைத்திருக் கோப வடவரு கிற்சென்று
கண்டுகொண் டேன்வரு வார்தலையிற்
தடப டெனப்படு குட்டுடன் சர்க்கரை மொக்கியகைக்
கடதட கும்பக் களிற்றுக் கிளைய களிற்றினையே.

நூல்

1.

பேற்றைத் தவஞ்சற்று மில்லாத வென்னைப்ர
பஞ்சமென்னும்
சேற்றைக் கழிய வழிவிட்ட வா! செஞ் சடாடவிமேல்
ஆற்றைப் பணியை யிதழியைத் தும்பையை யம்புலியின்
கீற்றைப் புனைந்த பெருமான் குமாரன் க்ருபாகரனே....

2.

அழித்துப் பிறக்கவொட்டா அயில் வேலன் கவியையன்பால்
எழுத்துப் பிழையறக் கற்கின்றி லீரெரி மூண்டதென்ன
விழித்துப் புகையெழப் பொங்குவெங் கூற்றன்
விடுங்கயிற்றாற்
கழுத்திற் சுருக்கிட் டிழுக்குமன் றோகவி கற்கின்றதே....

3.

தேரணி யிட்டுப் புரமெரித் தான்மகன் செங்கையில்வேற்
கூரணி யிட்டணு வாகிக் கிரௌஞ்சங் குலைந்தரக்கர்
நேரணி யிட்டு வளைந்த கடக நெளிந்தது சூர்ப்
பேரணி கெட்டது தேவந்த்ர லோகம் பிழைத்ததுவே....

4.

ஓரவொட் டாரொன்றை யுன்னவொட் டார்மல ரிட்டுனதாள்
சேரவொட் டாரைவர் செய்வதென் யான்சென்று தேவருய்யச்
சோரநிட் டூரனைச் சூரனைக் காருடல் சோரிகக்கக்
கூரகட் டாரியிட் டோரிமைப் போதினிற் கொன்றவனே....

5.

திருந்தப் புவனங்க ளீன்றபொற் பாவை திருமுலைப்பால்
அருந்திச் சரவணப் பூந்தொட் டிலேறி யறுவர்கொங்கை
விரும்பிக் கடலழக் குன்றழச் சூரழ விம்மியழுங்
குருந்தைக் குறிஞ்சிக் கிழவனென் றோதுங் குவலயமே....

6.

பெரும்பைம் புனத்தினுட் சிற்றேனல் காக்கின்ற பேதை
கொங்கை
விரும்பும் குமரனை மெய்யன்பி னான்மெல்ல மெல்லவுள்ள
அரும்புந் தனிப்பர மானந்தத் தித்தித் தறிந்தவன்றே
கரும்புந் துவர்த்துச் செந்தேனும் புளித்தறக் கைத்ததுவே....

7.

சளத்திற் பிணிபட் டசட்டு க்ரியைக்குட் டவிக்குமென்றன்
உளத்திற் ப்ரமத்தைத் தவிர்ப்பா யவுண குரத்துதிரக்

குளத்திற் குதித்துக் குளித்துக் களித்துக் குடித்துவெற்றிக்
களத்திற் செருக்கிக் கழுதாட வேல்தொட்ட காவலனே....

8.

ஒளியில் விளைந்த வுயர்ஞான பூதரத் துச்சியின்மேல்
அளியில் விளைந்ததொ ராநந்தத் தேனை அநாதியிலே
வெளியில் விளைந்த வெறும்பாழைப் பெற்ற
வெறுந்தனியைத்
தெளிய விளம்பிய வா! முக மாறுடைத் தேசிகனே....

9.

தேனென்று பாகென்றுவமிக் கொணாமொழித் தெய்வ வள்ளி
கோனன் றெனக்குப தேசித்த தொன்றுண்டு கூறவற்றோ
வானன்று காலன்று தீயன்று நீரன்று மண்ணுமன்று
தானன்று நானன் றசரீரி யன்று சரீரியன்றே....

10.

சொல்லுகைக் கில்லையென் றெல்லாமிழந்து சும்மா
விருக்கும்
எல்லையுட் செல்ல எனைவிட்ட வாஇகல் வேலனல்ல
கொல்லியைச் சேர்க்கின்ற சொல்லியைக் கல்வரைக்
கொவ்வைச் செவ்வாய்
வல்லியைப் புல்கின்ற மால்வரைத் தோளண்ணல்
வல்லபமே....

11.

குசைநெகி ழாவெற்றி வேலோ னவுணர் குடர்குழம்பக்
கசையிடு வாசி விசை கொண்ட வாகனப் பீலியின்கொத்
தசைபடு கால்பட் டசைந்தது மேரு அடியிடவெண்

டிசைவரை தூள்பட்ட அத்தூளின் வாரி திடர்பட்டதே....

12.
படைபட்ட வேலவன் பால்வந்த வாகைப் பதாகையென்னுந்
தடைபட்ட சேவல் சிறகடிக் கொள்ளச் சலதிகிழிந்
துடைபட்ட தண்ட கடாக முதிர்ந்த துடுபடலம்
இடைபட்ட குன்றமு மாமேரு வெற்பு மிடிபட்டவே....

13.
ஒருவரைப் பங்கி லுடையாள் குமார னுடைமணிசேர்
திருவரைக் கிண்கிணி யோசை படத்திடுக் கிட்டரக்கர்
வெருவரத் திக்குச் செவிடுபட் டெட்டுவெற் புங்கனகப்
பருவரைக் குன்று மதிர்ந்தன தேவர் பயங்கெட்டதே....

14.
குப்பாச வாழ்க்கையுட் கூத்தாடு மைவரிற் கொட்படைந்த
இப்பாச நெஞ்சனை யீடேற்று வாயிரு நான்குவெற்பும்
அப்பாதி யாழ்விழ மேருங் குலுங்கவிண் ணாருமுய்யச்
சப்பாணி கொட்டிய கையா றிரண்டுடைச் சண்முகனே....

15.
தாவடி யோட்டு மயிலிலுந் தேவர் தலையிலுமென்
பாவடி யேட்டிலும் பட்டதன் றோபடி மாவலிபால்
மூவடி கேட்டன்று மூதண்ட கூட முகடுமுட்டச்
சேவடி நீட்டும் பெருமான் மருகன்றன் சிற்றடியே....

16.

தடுங்கோள் மனத்தை விடுங்கோள் வெகுளியைத் தானமென்றும்
இடுங்கோ ளிருந்த படியிருங் கோளெழு பாருமுய்யக்
கொடுங்கோபச் சூருடன் குன்றந் திறக்கத் தொளைக்கவை வேல்
விடுங்கோ னருள்வந்து தானே யுமக்கு வெளிப்படுமே....

17.

வேதா கமசித்ர வேலா யுதன் வெட்சி பூத்ததண்டைப்
பாதார விந்தம் அரணாக அல்லும் பகலுமில்லாச்
சூதான தற்ற வெளிக்கே யொளித்துச்சும் மாவிருக்கப்
போதா யினிமன மேதெரி யாதொரு பூதர்க்குமே....

18.

வையிற் கதிர்வடி வேலோனை வாழ்த்தி வறிஞர்க்கென்றும்
நொய்யிற் பிளவள வேனும் பகிர்மின்க ளுங்கட்கிங்ஙன்
வெய்யிற் கொதுங்க வுதவா உடம்பின் வெறுநிழல்போற்
கையிற் பொருளு முதவாது காணுங் கடைவழிக்கே....

19.

சொன்ன கிரௌஞ்ச கிரியூ டுருவத் தொளைத்தவைவேல்
மன்ன கடம்பின் மலர்மாலை மார்பமௌ னத்தையுற்று
நின்னை யுணர்ந்துணர்ந் தெல்லா மொருங்கிய நிர்குணம் பூண்
டென்னை மறந்திருந் தேனிறந் தேவிட்ட திவ்வுடம்பே....

20.

கோழிக் கொடிய னடிபணி யாமற் குவலத்தே
வாழக் கருது மதியிலி காளுங்கள் வல்வினைநோய்

ஊழிற் பெருவலி யுண்ணவொட்டாது உங்களத்தமெல்லாம்
ஆழப் புதைத்துவைத் தால்வருமோ நும் மடிப்பிறகே....

21.

மரணப்ர மாத நமக்கில்லை யாமென்றும் வாய்த்ததுணை
கிரணக் கலாபியும் வேலுமுண் டேகிண் கிணிமுகுள
சரணப்ர தாப சசிதேவி மங்கல்ய தந்துரக்ஷா
பரணக்ரு பாகர ஞானா கரசுர பாஸ்கரனே....

22.

மொய்தா ரணிகுழல் வள்ளியை வேட்டவன் முத்தமிழால்
வைதா ரையுமங்கு வாழவைப் போன்வெய்ய வாரணம்போற்
கைதா னிருப துடையான் தலைப்பத்துங் கத்தரிக்க
எய்தான் மருகன் உமையாள் பயந்த இலஞ்சியமே....

23.

தெய்வத் திருமலைச் செங்கோட்டில் வாழுஞ் செழுஞ்சுடரே
வைவைத்த வேற்படை வானவ னேமற வேனுனைநான்
ஐவர்க் கிடம்பெறக் காலிரண் டோட்டி யதிலிரண்டு
கைவைத்த வீடு குலையுமுன்னே வந்து காத்தருளே....

24.

கின்னங் குறித்தடி யேன்செவி நீயன்று கேட்கச்சொன்ன
குன்னங் குறிச்சி வெளியாக்கி விட்டது கோடுகுழல்
சின்னங் குறிக்க குறிஞ்சிக் கிழவர் சிறுமிதனை
முன்னங் குறிச்சியிற் சென்றுகல் யாண முயன்றவனே....

25.

தண்டா யுதமுந் திரிசூல மும்விழத் தாக்கியுன்னைத்
திண்டாட வெட்டி விழவிடு வேன்செந்தில் வேலனுக்குத்
தொண்டா கியவென் னவிரோத ஞானச் சுடர்வடிவாள்
கண்டா யடாவந்த காவந்து பார்சற்றென் கைக்கெட்டவே....

26.

நீலச் சிகண்டியி லேறும் பிரானெந்த நேரத்திலுங்
கோலக் குறத்தி யுடன்வரு வான்குரு நாதன்சொன்ன
சீலத்தை மெள்ளத் தெளிந்தறி வார்சிவ யோகிகளே
காலத்தை வென்றிருப்பார், மரிப் பார்வெறுங் கர்மிகளே....

27.

ஓலையுந் தூதருங் கண்டுதிண் டாட லொழித்தெனக்குக்
காலையு மாலையு முன்னிற்கு மேகந்த வேள்மருங்கிற்
சேலையுங் கட்டிய சீராவுங் கையிற் சிவந்தசெச்சை
மாலையுஞ் சேவற் பதாகையுந் தோகையும் வாகையுமே....

28.

வேலே விளங்குகை யான்செய்ய தாளினில் வீழ்ந்திறைஞ்சி
மாலே கொளவிங்ஙன் காண்பதல் லான்மன வாக்குச்செய
லாலே யடைதற் கரிதா யருவுரு வாகியொன்று
போலே யிருக்கும் பொருளையெவ் வாறு புகல்வதுவே....

29.

கடத்திற் குறத்தி பிரானரு ளாற்கலங் காதசித்தத்
திடத்திற் புணையென யான்கடந் தேன்சித்ர மாதரல்குற்
படத்திற் கழுத்திற் பழுத்தசெவ் வாயிற் பணையிலுந்தித்

தடத்திற் றனத்திற் கிடக்கும்வெங் காம சமுத்திரமே....

30.

பாலென் பதுமொழி பஞ்சென் பதுபதம் பாவையற்கண்
சேலென்ப தாகத் திரிகின்ற நீசெந்தி லோன்றிருக்கை
வேலென் கிலைகொற்ற மயூர மென்கிலை வெட்சித்தண்டைக்
காலென் கிலைமன மேயெங்ங னேமுத்தி காண்பதுவே....

31.

பொக்கக் குடிலிற் புகுதா வகைபுண்ட ரீகத்தினுஞ்
செக்கச் சிவந்த கழல்வீடு தந்தருள் சிந்துவெந்து
கொக்குத் தறிபட் டெறிபட் டுதிரங் குமுகுமெனக்
கக்கக் கிரியுரு வக்கதிர் வேல்தொட்ட காவலனே....

32.

கிளைத்துப் புறப்பட்ட சூர்மார் புடன்கிரி யூடுருவத்
தொளைத்துப் புறப்பட்ட வேற்கந்த னேதுறந் தோருளத்தை
வளைத்துப் பிடித்துப் பதைக்கப் பதைக்க வதைக்குங் கண்ணார்க்
கிளைத்துத் தவிக்கின்ற என்னை யெந்நாள்வந் திரட்சிப்பையே....

33.

முடியாப் பிறவிக் கடலிற் புகார்முழு துங்கெடுக்கு
மிடியாற் படியில் விதனப் படார்வெற்றி வேற்பெருமாள்
அடியார்க்கு நல்ல பெருமாள் அவுணர் குலமடங்கப்
பொடியாக் கியபெரு மாள்திரு நாமம் புகல்பவரே....

34.

பொட்டாக வெற்பைப் பொருதகந்தா தப்பிப் போனதொன்றற்

கெட்டாத ஞான கலைதரு வாயிருங் காமவிடாய்ப்

பட்டா ருயிரைத் திருகிப் பருகிப் பசிதணிக்குங்

கட்டாரி வேல்விழி யார்வலைக் கேமனங் கட்டுண்டதே....

35.

பத்தித் துறையிழிந் தாநந்த வாரி படிவதினால்

புத்தித் தரங்கந் தெளிவதென் றோபொங்கு வெங்குருதி

மெத்திக் குதிகொள்ள வெஞ்சூ ரனைவிட்ட சுட்டியிலே

குத்தித் தரங்கொண் டமரா வதிகொண்ட கொற்றவனே....

36.

சுழித்தோடு மாற்றிற் பெருக்கானது செல்வந் துன்ப மின்பங்

கழித்தோடு கின்றதெக் காலநெஞ்சே கரிக் கோட்டு முத்தைக்

கொழித்தோடு காவிரிச் செங்கோட னென்கிலை குன்றமெட்டுங்

கிழித்தோடு வேலென் கிலையெங்ங னேமுத்தி கிட்டுவதே....

37.

கண்டுண்ட சொல்லியர் மெல்லியர் காமக் கலவிக்கள்ளை

மொண்டுண் டயர்கினும் வேன்மற வேன்முது கூளித்திரள்

டுண்டுண் டுடுடுடு டூடூ டுடுடுடு டுண்டுடுண்டு

டிண்டிண் டெனக்கொட்டி யாடவெஞ் சூர்க்கொன்ற ராவுத்தனே....

38.

நாளென் செயும்வினை தானென் செயுமெனை நாடிவந்த
கோளென் செயுங்கொடுங் கூற்றென் செயுங்கும ரேசரிரு
தாளுஞ் சிலம்புஞ் சதங்கையும் தண்டையுஞ் சண்முகமுந்
தோளுங் கடம்பு மெனக்குமுன் னேவந்து தோன்றிடினே....

39.

உதித்தாங் குழல்வதுஞ் சாவதுந் தீர்த்தெனை யுன்னி லொன்றா
விதித்தாண் டருள்தருங் காலமுண் டோவெற்பு நட்டுரக
பதித்தாம்பு வாங்கிநின் றம்பரம் பம்பரம் பட்டுழல
மதித்தான் திருமரு காமயி லேறிய மாணிக்கமே....

40.

சேல்பட் டழிந்தது செந்தூர் வயற்பொழில் தேங்கடம்பின்
மால்பட் டழிந்தது பூங்கொடி யார்மனம் மாமயிலோன்
வேல்பட் டழிந்தது வேலையுஞ் சூரனும் வெற்புமவன்
கால்பட் டழிந்திதிங் கென்றலை மேலயன் கையெழுத்தே....

41.

பாலே யனைய மொழியார்த மின்பத்தைப் பற்றியென்றும்
மாலே கொண்டுய்யும் வகையறி யேன்மலர்த் தாள்தருவாய்
காலே மிகவுண்டு காலே யிலாத கணபணத்தின்
மேலே துயில்கொள்ளு மாலோன் மருகசெவ் வேலவனே....

42.

நிணங்காட்டுங் கொட்டிலை விட்டொரு வீடெய்தி
நிற்கநிற்குங்
குணங்காட்டி யாண்ட குருதே சிகனங் குறச்சிறுமான்

பணங்காட்டு மல்குற் குருகுங் குமரன் பதாம்புயத்தை
வணங்காத் தலைவந்தி தெங்கே யெனக்கிங்ஙன்
வாய்த்ததுவே....

43.

கவியாற் கடலடைத் தோன்மரு கோனைக் கணபணக்கட்
செவியாற் பணியணி கோமான் மகனைத் திறலரக்கர்
புவியார்ப் பெழத்தொட்ட போர்வேன் முருகனைப்
போற்றியன்பாற்
குவியாக் கரங்கள்வந் தெங்கே யெனக்கிங்ஙன் கூடியவே....

44.

தோலாற் சுவர்வைத்து நாலாறு காலிற் சுமத்தியிரு
காலா லெழுப்பி வளைமுது கோட்டிக்கைந் நாற்றிநரம்
பாலார்க்கை யிட்டுத் தசைகொண்டு மேய்ந்த அகம்பிரிந்தால்
வேலாற் கிரிதொளைத் தோனிரு தாளன்றி வேறில்லையே....

45.

ஒருபூ தருமறி யாத்தனி வீட்டி லுரையுணர்வற்
றிருபூத வீட்டி லிராமலென் றான்னிரு கோட்டொருகைப்
பொருபூ தரமுரித் தேகாச மிட்ட புராந்தகற்குக்
குரு பூத வேலவ னிட்டூர சூர குலாந்தகனே....

46.

நீயான ஞான விநோதந் தனையென்று நீயருள்வாய்
சேயான வேற்கந்த னேசெந்தி லாய்சித்ர மாதரல்குற்
றோயா வுருகிப் பருகிப் பெருகித் துவளுமிந்த
மாயா விநோத மநோதுக்க மானது மாய்வதற்கே....

47.

பத்தித் திருமுக மாறுடன் பன்னிரு தோள்களுமாய்த்
தித்தித் திருக்கு மமுதுகண் டேன்செயன் மாண்டடங்கப்
புத்திக் கமலத் துருகிப் பெருகிப் புவனமெற்றித்
தத்திக் கரைபுர ளும்பர மாநந்த சாகரத்தே....

48.

புத்தியை வாங்கிநின் பாதாம் புயத்திற் புகட்டியன்பாய்
முத்தியை வாங்க அறிகின்றி லேன்முது சூர்நடுங்கச்
சத்தியை வாங்கத் தரமோ குவடு தவிடுபடக்
குத்திய காங்கேய னேவினை யேற்கென் குறித்தனையே....

49.

சூரிற் கிரியிற் கதிர்வே லெறிந்தவன் தொண்டர்குழாஞ்
சாரிற் கதியன்றி வேறிலை காண் தண்டு தாவடிபோய்த்
தேரிற் கரியிற் பரியிற் றிரிபவர் செல்வமெல்லாம்
நீரிற் பொறியென் றறியாத பாவி நெடுநெஞ்சமே....

50.

படிக்குந் திருப்புகழ் போற்றுவன் கூற்றுவன் பாசத்தினாற்
பிடிக்கும் பொழுதுவந் தஞ்லென் பாய்பெரும் பாம்பினின்று
நடிக்கும் பிரான்மரு காகொடுஞ் சூர னடுங்கவெற்பை
இடிக்குங் கலாபத் தனிமயி லேறு மிராவுத்தனே....

51.

மலையாறு கூறெழ வேல்வாங்கி னானை வணங்கியன்பின்
நிலையான மாதவஞ் செய்குமி னோநும்மை நேடிவருந்
தொலையா வழிக்குப் பொதிசோறு முற்ற துணையுங்கண்டீர்

இலையா யினும்வெந்த தேதா யினும்பகிர்ந் தேற்றவர்க்கே....

52.

சிகராத்ரி கூறிட்ட வேலுஞ்செஞ் சேவலுஞ் செந்தமிழாற்
பகரார்வமீ பணி பாசசங் க்ராம பணாமகுட
நிகராட் சமபட்ச பட்சி துரங்க ந்ருபகுமரா
குகராட் சசபட்ச விட்சோப தீர குணதுங்கனே....

53.

வேடிச்சி கொங்கை விரும்புங் குமரனை மெய்யன்பினாற்
பாடிக் கசிந்துள்ள போதே கொடாதவர் பாதகத்தாற்
தேடிப் புதைத்துத் திருட்டிற் கொடுத்துத் திகைத்திளைத்து
வாடிக் கிலேசித்து வாழ்நாளை வீணுக்கு மாய்ப்பவரே....

54.

சாகைக்கு மீண்டு பிறக்கைக்கு மன்றித் தளர்ந்தவர்க்கொன்
றீகைக் கெனைவிதித் தாயிலை யேயிலங் காபுரிக்குப்
போகைக்கு நீவழி காட்டென்று போய்க்கடல் தீக்கொளுந்த
வாகைச் சிலைவளைத் தோன்மரு காமயில் வாகனனே....

55.

ஆங்கா ரமுமடங் காரொடுங் கார்பர மாநந்தத்தே
தேங்கார் நினைப்பு மறப்பு மறார்தினைப் போதளவும்
ஓங்காரத் துள்ளொளிக் குள்ளே முருக னுருவங்கண்டு
தூங்கார் தொழும்பு செய்யா ரென்செய் வார்யம தூதருக்கே....

56.

கிழியும் படியடற் குன்றெறிந் தோன்கவி கேட்டுருகி
இழியுங் கவிகற் றிடாதிருப் பீரெரி வாய்நரகக்
குழியுந் துயரும் விடாய்ப்படக் கூற்றுவனூர்க் குச்செல்லும்
வழியுந் துயரும் பகரீர் பகரீர் மறந்தவர்க்கே....

57.

பொருபிடி யுங்களி றும்விளை யாடும் புனச்சிறுமான்
தருபிடி காவல சண்முக வாவெனச் சாற்றிநித்தம்
இருபிடி சோறுகொண் டிட்டுண் டிருவிளை யோமிறந்தால்
ஒருபிடி சாம்பருங் காணாது மாய உடம்பிதுவே....

58.

நெற்றாப் பசுங்கதிர்ச் செவ்வேனல் காக்கின்ற நீலவள்ளி
முற்றாத் தனத்திற் கினிய பிரானிக்கு முல்லையுடன்
பற்றாக்கை யும்வெந்து சங்க்ராம வேளும் படவிழியாற்
செற்றார்க் கினியவன் தேவந்த்ர லோக சிகாமணியே....

59.

பொங்கார வேலையில் வேலைவிட் டோனருள் போலுதவ
எங்கா யினும்வரு மேற்பவர்க் கிட்ட திடாமல்வைத்த
வங்கா ரமுமுங்கள் சிங்கார வீடு மடந்தையருஞ்
சங்காத மோகெடு வீருயிர் போமத் தனிவழிக்கே....

60.

சிந்திக் கிலேனின்று சேவிக் கிலேன்றண்டைச் சிற்றடியை
வந்திக் கிலேனொன்றும் வாழ்த்து கிலேன்மயில் வாகனனைச்

சந்திக் கிலேன்பொய்யை நிந்திக்கி லேலுண்மை
சாதிக்கிலேன்
புந்திக் கிலேசமுங் காயக் கிலேசமும் போக்குதற்கே....

61.

வரையற் றவுணர் சிரமற்று வாரிதி வற்றச்செற்ற
புரையற்ற வேலவன் போதித் தவா, பஞ்ச பூதமுமற்
றுரையற் றுணர்வற் றுடலற் றுயிரற் றுபாயமற்றுக்
கரையற் றிருளற் றெனதற் றிருக்குமக் காட்சியதே....

62.

ஆலுக் கணிகலம் வெண்டலை மாலை யகிலமுண்ட
மாலுக் கணிகலந் தண்ணந் துழாய்மயி லேறுமையன்
காலுக் கணிகலம் வானோர் முடியுங் கடம்புங்கையில்
வேலுக் கணிகலம் வேலையுஞ் சூரனும் மேருவுமே....

63.

பாதித் திருவுருப் பச்சென் றவர்க்குத்தன் பாவனையைப்
போதித்த நாதனைப் போர்வேல னைச்சென்று போற்றியுய்யச்
சோதித்த மெய்யன்பு பொய்யோ அழுது தொழுதுருகிச்
சாதித்த புத்திவந் தெங்கே யெனக்கிங்ஙன் சந்தித்ததே....

64.

பட்டிக் கடாவில் வருமந்த காவுனைப் பாரறிய
வெட்டிப் புறங்கண் டலாதுவிடேன் வெய்ய சூரனைப்போய்
முட்டிப் பொருதசெவ் வேற்பெரு மாள்திரு முன்புநின்றேன்
கட்டிப் புறப்பட டாசத்தி வாளென்றன் கையதுவே....

65.

வெட்டுங் கடாமிசைத் தோன்றும் வெங்கூற்றன் விடுங் கயிற்றாற்
கட்டும் பொழுது விடுவிக்க வேண்டுங் கராசலங்கள்
எட்டுங் குலகிரி யெட்டும்விட் டோட வெட் டாதவெளி
மட்டும் புதைய விரிக்குங் கலாப மயூரத்தனே....

66.

நீர்க் குமிழிக்கு நிகரென்பர் யாக்கைநில் லாதுசெல்வம்
பார்க்கு மிடத்தந்த மின்போலு மென்பர் பசித்துவந்தே
ஏற்கு மவர்க்கிட வென்னினெங் கேனு மெழுந்திருப்பார்
வேற் குமரற் கன்பிலாதவர் ஞான மிகவுநன்றே....

67.

பெறுதற் கரிய பிறவியைப் பெற்றுநின் சிற்றடியைக்
குறுகிப் பணிந்து பெறக்கற் றிலேன்மத கும்பகம்பத்
தறுகட் சிறுகட் சங்க்ராம சயில சரசவல்லி
இறுகத் தழுவுங் கடகா சலபன் னிருபுயனே....

68.

சாடுஞ் சமரத் தனிவேன் முருகன் சரணத்திலே
ஓடுங் கருத்தை யிருத்தவல் லார்க்குகம் போய்ச்சகம்போய்ப்
பாடுங் கவுரி பவுரிகொண்டாடப் பசுபதிநின்
றாடும் பொழுது பரமா யிருக்குமதீதத்திலே....

69.

தந்தைக்கு முன்னந் தனிஞான வாளொன்று சாதித்தருள்
கந்தச் சுவாமி யெனைத்தேற் றியபின்னர்க் காலன் வெம்பி

வந்திப் பொழுதென்னை யென்செய்ய லாஞ்சத்தி வாளொன்றினாற்
சிந்தத் துணிப்பன் தணிப்பருங் கோபத்ரி சூலத்தையே....

70.
விழிக்குத் துணைதிரு மென்மலர்ப் பாதங்கள் மெய்ம்மைகுன்றா
மொழிக்குத் துணைமுரு காவெனு நாமங்கள் முன்புசெய்த
பழிக்குத் துணையவன் பன்னிரு தோளும் பயந்ததனி
வழிக்குத் துணைவடி வேலுஞ்செங் கோடன் மயூரமுமே....

71.
துருத்தி யெனும்படி கும்பித்து வாயுவைச் சுற்றிமுறித்
தருத்தி யுடம்பை யொருக்கிலென் னாஞ்சிவ யோகமென்னுங்
குருத்தை யறிந்து முகமா றுடைக்குரு நாதன் சொன்ன
கருத்தை மனத்தி லிருத்துங்கண் டீர்முத்தி கைகண்டதே....

72.
சேந்தனைக் கந்தனைச் செங்கோட்டு வெற்பனைச் செஞ்சுடர்வேல்
வேந்தனைச் செந்தமிழ் நூல்விரித் தோனை விளங்குவள்ளி
காந்தனைக் கந்தக் கடம்பனைக் கார்மயில் வாகனனைச்
சாந்துணைப் போது மறவா தவர்க்கொரு தாழ்வில்லையே....

73.
போக்கும் வரவு மிரவும் பகலும் புறம்புமுள்ளும்
வாக்கும் வடிவு முடிவுமில் லாதொன்று வந்துவந்து
தாக்கு மனோலயந் தானே தருமெனைத் தன்வசத்தே
ஆக்கு மறுமுக வாசொல் லொணாதிந்த ஆனந்தமே....

74.

அராப்புனை வேணியன் சேயருள் வேண்டு மவிழ்ந்த அன்பாற்

குராப்புனை தண்டையந் தாள்தொழல் வேண்டுங்கொடிய ஐவர்

பராக்கறல் வேண்டும் மனமும் பதைப்பறல் வேண்டு மேன்றால்

இராப்பக லற்ற இடத்தே யிருக்கை யெளிதல்லவே....

75.

படிக்கின் றிலைபழ நித்திரு நாமம் படிப்பவர்தாள்

முடிக்கின் றிலைமுரு காவென் கிலைமுசி யாமலிட்டு

மிடிக்கின் றிலைபர மாநந்த மேற்கொள விம்மிவிம்மி

நடிக்கின் றிலைநெஞ்ச மேதஞ்ச மேது நமக்கினியே....

76.

கோடாத வேதனுக் கியான்செய்த குற்றமென் குன்றெறிந்த

தாடாள னேதென் தணிகைக் குமரநின் றண்டையந்தாள்

சூடாத சென்னியு நாடாத கண்ணுந் தொழாதகையும்

பாடாத நாவு மெனக்கே தெரிந்து படைத்தனனே....

77.

சேல்வாங்கு கண்ணியர் வண்ணப் பயோதரஞ் சேரஎண்ணி

மால்வாங்கி யேங்கி மயங்காமல் வெள்ளி மலையெனவே

கால்வாங்கி நிற்குங் களிற்றான் கிழத்தி கழுத்திற்கட்டு

நூல்வாங்கி டாதன்று வேல்வாங்கி பூங்கழல் நோக்கு நெஞ்சே....

78.

கூர்கொண்ட வேலனைப் போற்றாம லேற்றங்கொண்
டாடுவிர்காள்
போர்கொண்ட கால னுமைக்கொண்டு போமன்று
பூண்பனவுந்
தார்கொண்ட மாதரு மாளிகை யும்பணச் சாளிகையும்
ஆர்கொண்டு போவரை யோகெடு வீர்நும் மறிவின்மையே....

79.

பந்தாடு மங்கையர் செங்கயற் பார்வையிற் பட்டுழலுஞ்
சிந்தா குலந்தனைத் தீர்த்தருள் வாய்செய்ய வேல்முருகா
கொந்தார் கடம்பு புடைசூழ் திருத்தணிக் குன்றினிற்குங்
கந்தா இளங்கும ராஅம ராவதி காவலனே....

80.

மாகத்தை முட்டி வருநெடுங் கூற்றவன்வந் தாலென்முன்னே
தோகைப் புரவியிற் றோன்றிநிற் பாய்சுத்த நித்தமுத்தித்
த்யாகப் பொருப்பைத் த்ரிபுராந் தகனைத் த்ரியம்பகனைப்
பாகத்தில் வைக்கும் பரமகல் யாணிதன் பாலகனே....

81.

தாரா கணமெனுந் தாய்மார் அறுவர் தருமுலைப்பால்
ஆரா துமைமுலைப் பாலுண்ட பால னரையிற்கட்டுஞ்
சீராவுங் கையிற் சிறுவாளும் வேலுமென் சிந்தையவே
வாரா தகலந்த காவந்த போதுயிர் வாங்குவனே....

82.

தகட்டிற் சிவந்த கடம்பையு நெஞ்சையுந் தாளிணைக்கே
புகட்டிப் பணியப் பணித்தரு ளாய் புண்ட ரீகனண்ட
முகட்டைப் பிளந்து வளர்ந்திந்த்ர லோகத்தை முட்ட வெட்டிப்
பகட்டிற் பொருதிட்ட நிட்டூர சூர பயங்கரனே....

83.

தேங்கிய அண்டத் திமையோர் சிறைவிடச் சிற்றடிக்கே
பூங்கழல் கட்டும் பெருமாள் கலாபப் புரவிமிசை
தாங்கி நடப்ப முறிந்தது சூரன் தளந்தனிவேல்
வாங்கிய னுப்பிடக் குன்றங்க ளெட்டும் வழிவிட்டவே....

84.

மைவருங் கண்டத்தர் மைந்தகந் தாவென்று வாழ்த்துமிந்தக்
கைவருந் தொண்டன்றி மற்றறி யேன்கற்ற கல்வியும் போய்ப்
பைவருங் கேளும் பதியுங் கதறப் பழகிநிற்கும்
ஐவருங் கைவிட்டு மெய்விடும் போதுன் னடைக்கலமே....

85.

காட்டிற் குறத்தி பிரான்பதத் தேகருத் தைப்புகட்டின்
வீட்டிற் புகுதன் மிகவெளிதே விழிநாசிவைத்து
மூட்டிக் கபாலமூ லாதார நேரண்ட மூச்சையுள்ளே
ஓட்டிப் பிடித்தெங்கு மோடாமற் சாதிக்கும் யோகிகளே....

86.

வேலா யுதன்சங்கு சக்ராயு தன்விரிஞ் சன்னறியாச்
சூலா யுதன் தந்த கந்தச் சுவாமி சுடர்க்குடுமிக்

காலா யுதக்கொடி யோனரு ளாய கவசமுண்டென்
பாலா யுதம்வரு மோயம னோடு பகைக்கினுமே....

87.

குமரா சரணஞ் சரணமென் றண்டர் குழாந்துதிக்கும்
அமரா வதியிற் பெருமாள் திருமுக மாறுங்கண்ட
தமராகி வைகுந் தனியான ஞான தபோதனர்க்கிங்
கெமராசன் விட்ட கடையேடு வந்தினி யென்செயுமே....

88.

வணங்கித் துதிக்க அறியா மனிதருடன் இணங்கிக்
குணம் கெட்ட துட்டனை ஈடேற்றுவாய் கொடியும் கழுகும்
பிணங்கத் துணங்கை அலகை கொண்டாடப் பிசிதர்தம் வாய்
நிணம் கக்க விக்கிரம வேலாயுதம் தொட்ட நிர்மலனே....

89.

பங்கே ருகனெனைப் பட்டோ லையிலிடப் பண்டுதளை
தங்காலி லிட்ட தறிந்தில னோதனி வேலெடுத்துப்
பொங்கோதம் வாய்விடப் பொன்னஞ் சிலம்பு புலம்பவரும்
எங்கோ னறியி னினிநான் முகனுக் கிருவிலங்கே....

90.

மாலோன் மருகனை மன்றாடி மைந்தனை வானவர்க்கு
மேலான தேவனை மெய்ஞ்ஞான தெய்வத்தை மேதினியிற்
சேலார் வயற்பொழிற் செங்கோடனைச்சென்று கண்டுதொழ
நாலா யிரங்கண் படைத்தில னேயந்த நான்முகனே....

91.

கருமான் மருகனைச் செம்மான் மகளைக் களவுகொண்டு
வருமா குலவனைச் சேவற்கைக் கோளனை வானமுய்யப்
பொருமா வினைச்செற்ற போர்வேல னைக்கன்னிப்
பூகமுடன்
தருமா மருவுசெங் கோடனை வாழ்த்துகை சாலநன்றே....

92.

தொண்டர்கண் டண்டிமொண் டுண்டிருக் குஞ்சுத்த
ஞானமெனுந்
தண்டையம் புண்டரி கந்தருவாய் சண்ட தண்டவெஞ்சூர்
மண்டலங் கொண்டுபண் டண்டரண் டங்கொண்டு
மண்டிமிண்டக்
கண்டுருண் டண்டர்விண் டோடாமல் வேல்தொட்ட
காவலனே....

93.

மண்கம ழுந்தித் திருமால் வலம்புரி யோசையந்த
விண்கமழ் சோலையும் வாவியுங் கேட்டது வேலெடுத்துத்
திண்கிரி சிந்த விளையாடும் பிள்ளைத் திருவரையிற்
கிண்கிணி யோசை பதினா லுலகமுங் கேட்டதுவே....

94.

தெள்ளிய ஏனலிற் கிள்ளையைக் கள்ளச் சிறுமியெனும்
வள்ளியை வேட்டவன் தாள்வேட் டிலைசிறு வள்ளைதள்ளித்
துள்ளிய கெண்டையைத் தொண்டையைத் தோதகச்
சொல்லைநல்ல
வெள்ளிய நித்தில வித்தார மூரலை வேட்டநெஞ்சே....

95.

யான்றானெ னுஞ்சொல் லிரண்டுங் கெட்டாலன்றி யாவருக்குந்
தோன்றாது சத்தியந் தொல்லைப் பெருநிலஞ் சூகரமாய்க்
கீன்றான் மருகன் முருகன் க்ருபாகரன் கேள்வியினாற்
சான்றாரு மற்ற தனிவெளிக் கேவந்து சந்திப்பதே....

96.

தடக்கொற்ற வேள்மயி லேயிடர் தீரத் தனிவிடில் நீ
வடக்கிற் கிரிக்கப் புறத்துநின் றோகையின் வட்டமிட்டுக்
கடற்கப் புறத்துங் கதிர்க்கப் புறத்துங் கனகசக்ரத்
திடர்க்கப் புறத்துந் திசைக்கப் புறத்துந் திரிகுவையே....

97.

சேலிற் றிகழ்வயற் செங்கோடை வெற்பன் செழுங்கலபி
ஆலித் தநந்தன் பணாமுடி தாக்க அதிர்ந்ததிர்ந்து
காலிற் கிடப்பன மாணிக்க ராசியுங் காசினியைப்
பாலிக்கு மாயனுஞ் சக்ரா யுதமும் பணிலமுமே....

98.

கதிதனை யொன்றையுங் காண்கின்றி லேன்கந்த வேல்முருகா
நதிதனை யன்னபொய் வாழ்விலன் பாய்நரம் பாற்பொதிந்த
பொதிதனை யுங்கொண்டு திண்டாடு மாறெனைப் போதவிட்ட
விதிதனை நொந்துநொந் திங்கேயென் றன்மனம் வேகின்றதே....

99.

காவிக் கமலக் கழலுடன் சேர்த்தெனைக் காத்தருளாய்
தூவிக் குலமயில் வாகன னேதுணை யேதுமின்றித்
தாவிப் படரக் கொழுகொம் பிலாத தனிக்கொடிபோல்
பாவித் தனிமனந் தள்ளாடி வாடிப் பதைக்கின்றதே....

100.

இடுதலைச் சற்றுங் கருதேனைப் போதமி லேனையன்பாற்
கெடுதலி லாத்தொண் டரிற்கூட் டியவா! கிரௌஞ்ச வெற்பை
அடுதலைச் சாதித்த வேலோன் பிறவி யறவிச்சிறை
விடுதலைப் பட்டது விட்டது பாச வினைவிலங்கே....

நூற்பயன்

101.

சலங்காணும் வேந்தர்தமக்கு மஞ்சார் யமன் சண்டைக்கஞ்சார்
துலங்கா நரகக் குழியணு கார்துட்ட நோயணுகார்
கலங்கார் புலிக்குங் கரடிக்கும் யானைக்குங் கந்தனன்னூல்
அலங்கார நூற்று ளொருகவிதான்கற் றறிந்தவரே....

102.

திருவடி யுந்தண்டை யுஞ்சிலம் புஞ்சிலம் பூடுருவப்
பொருவடி வேலுங் கடம்புந் தடம்புயம் ஆறிரண்டும்
மருவடி வான வதனங்க ளாறும் மலர்க்கண்களுங்
குருவடி வாய்வந்தென் னுள்ளங் குளிரக் குதிகொண்டவே....

103.

இராப்பக லற்ற இடங்காட்டி யானிருந் தேதுதிக்கக்
குராப்புனை தண்டையந் தாளரு ளாய்கரி கூப்பிட்டநாள்
கராப்படக் கொன்றக் கரிபோற்ற நின்ற கடவுள்மெச்சும்
பராக்ரம வேல நிருதசங் கார பயங்கரனே....

104.

செங்கே ழடுத்த சினவடி வேலுந் திருமுகமும்
பங்கே நிரைத்தநற் பன்னிரு தோளும் பதுமமலர்க்
கொங்கே தரளஞ் சொரியுஞ்செங் கோடைக் குமரனென
எங்கே நினைப்பினும் அங்கேயென் முன்வந்
தெதிர்நிற்பனே....

105.

ஆவிக்கு மோசம் வருமா றறிந்துன் னருட்பதங்கள்
சேவிக்க என்று நினைக்கின்றி லேன்வினை தீர்த்தருளாய்
வாவித் தடவயல் சூழுந் திருத்தணி மாமலைவாழ்
சேவற் கொடியுடை யானே யமர சிகாமணியே....

106.

கொள்ளித் தலையில் எறும்பது போலக் குலையுமென்றன்
உள்ளத் துயரை யொழித்தரு ளாயொரு கோடிமுத்தந்
தெள்ளிக் கொழிக்குங் கடற்செந்தின் மேவிய சேவகனே
வள்ளிக்கு வாய்த்தவ னேமயிலேறிய மாணிக்கமே....

107.

சூலம் பிடித்தெம பாசஞ் சுழற்றித் தொடர்ந்துவருங்
காலன் தனக்கொரு காலுமஞ் சேன் கடல் மீதெழுந்த
ஆலங் குடித்த பெருமான் குமாரன் அறுமுகவன்
வேலுந் திருக்கையு முண்டே நமக்கொரு மெய்த்துணையே....

கந்தர் அலங்காரம் முற்றிற்று.

★★★

9 788199 777460